வானவாசிகள்

பறக்கும் நுட்பம் குறித்த அறிவியல் பார்வை

முனைவர் பெ. சசிக்குமார்

வரைபடங்கள்: ஆத்மா கே.ரவி

BOOKS FOR CHILDREN

Vaanavasigal (in Tamil)
Dr. P. Sasikumar
First Published: August, 2021

Published by
BHARATHI PUTHAKALAYAM
7, Elango Salai, Teynampet, Chennai - 600 018
Email: thamizhbooks@gmail.com / www.thamizhbooks.com

வானவாசிகள்

முனைவர் பெ. சசிக்குமார்
முதல் பதிப்பு: ஆகஸ்ட், 2021

வெளியீடு:

BOOKS FOR CHILDREN

புக்ஸ் ஃபார் சில்ரன்
பாரதி புத்தகாலயத்தின் ஓர் அங்கம்
7, இளங்கோ சாலை, தேனாம்பேட்டை, சென்னை 600 018
தொலைபேசி : 044 24332424, 24332924, 24356935

விற்பனை நிலையங்கள்

பாரதி புத்தகாலயம்

மதுரை: 37A, பெரியார் பேருந்து நிலையம் - 045 22324674
ஈரோடு: 39: 39 ஸ்டேட் பாங்க் சாலை - 9245448353
திண்டுக்கல்: பேருந்து நிலையம் - 9942331105, 9976053719
பழனி: பேருந்து நிலையம் அருகில் - 9442883696
திருப்பூர்: 447, அவினாசி சாலை - 9486105018
சேலம்: பாலம் 35, அத்வைத ஆஸ்ரமம் சாலை 0427 2335952
திருவல்லிக்கேணி: 48, தேரடி தெரு - 9444428358
வடபழனி: பேருந்து நிலையம் எதிரில் அடையார்
ஆனந்தபவன் மாடியில் - 9444476967
பெரம்பூர்: 52, கூக்ஸ் ரோடு - 9444373716
திருவாரூர்: 35, நேதாஜி சாலை - 9442540543
சேலம்: 15, வித்யாலயா சாலை சாலை
திருநெல்வேலி: 25A, ராஜேந்திரநகர் - 9442149981
அருப்புக்கோட்டை: 31, அகமுடையார் மஹால் - 9994173551
மதுரை: சர்வோதயா மெயின்ரோடு
குன்னூர்: N.K.N வணிக வளாகம் பெட்போர்ட்
செங்கல்பட்டு: 1 D ஜி.எஸ்.டி சாலை - 044 27426964
விருதுநகர்: 131, கச்சேரி சாலை - 0456 2245300
கும்பகோணம்: 352, ரயில் நிலையம் எதிரில் - 9443995061
வேலூர்: பேஸ் III, சத்துவாச்சாரி - 9442553893
நெய்வேலி: பேருந்து நிலையம் அருகில், - 9443659147
தஞ்சாவூர்: காந்திஜி வணிக வளாகம் காந்திஜி சாலை - 9655542400
கோவை: 77, மசக்காளிபாளையம் ரோடு, பீளமேடு - 8903707294
திருச்சி: வெண்மணி இல்லம், கரூர் புறவழிச்சாலை - 9994289492
திருவண்ணாமலை: முத்தம்மாள் நகர்
நாகர்கோவில்: 699 கே.பி.ரோடு R.V.புரம் - 9443450111
சிதம்பரம்: 22A / 18B தேரடி கடைத் தெரு,
கீழவீதி அருகில் - 9994399347
கரூர்: நாரத கானசபா அருகில் (TNGEA OFFICE)- 9442706676
காரைக்குடி : 12, 2 வது தெரு, கம்பன் மணிமண்டபம் பின்புறம் - 9443406150
பாண்டிச்சேரி : கிழக்கு கடற்கரைச் சாலை, இலாசுப்பேட்டை, 9486102777
அருப்புக்கோட்டை : கதவுஎண் 49A/4 ஐம்பதூர் தேவாங்கர் உறவின் முறை கட்டிடம் முதல் தளம்

நினைத்த நூல்கள்... நினைத்த நேரத்தில்...

thamizhbooks.com 8778073949

ரூ.120/-
அச்சு : பிரிண்டெக், சென்னை - 600 005.

கதையில் வரும் குளத்தைச் சுற்றியே
வாழ்ந்து வரும் எனது சித்திக்கும் மற்றும்
எனது அம்மாவிற்கும்...

பரவசமூட்டும் பறவை வாழ்வியல்

வேடந்தாங்கலுக்குப் பலமுறை செல்லும் வாய்ப்பைப் பெற்றவன் நான். அந்த ஏரியிலிருந்து அங்கிருக்கும் மரங்களிலெல்லாம் ஒரு போர்வை போர்த்தியது போன்ற நெருக்கமாகப் பறவைகள் அமர்ந்திருக்கும். அருமையான அந்தப் பறவைகளுக்கு அரிவாள் மூக்கன், கரண்டிவாயன் என நாம் வைத்திருக்கும் கரடுமுரடான பெயர்களைப் பார்க்கப் பார்க்க பரிதாபமே மிஞ்சும். காலை நேரங்களில் உணவுக்காக அவை புறப்படும் நேரமாகட்டும், மாலை நேரங்களில் அவை திரும்பும் நேரமாகட்டும் எப்போதும் ஒரே மாதிரியான பரவசத்தை அவற்றிடம் காணமுடியும். இருப்பதைக் கொண்டு திருப்தி அடையும் மனநிலையை, சமூக வாழ்க்கையை, கூட்டுறவு மனப்பான்மையை அவைகள் கற்பித்துக்கொண்டுதான் இருக்கின்றன. நாம்தான் கற்பிக்கவே பிறந்தவர்கள் என்ற மனநிலையோடு வாழ்ந்து மடிகிறோம்.

கதைகளில் மட்டும் பறவைகளைச் சிலாகித்துப் பேச நாம் தயங்கியதே இல்லை. கூட்டுறவுக்கும், ஒற்றுமைக்கும் சின்னமாகப் பஞ்சதந்திர கதைகளில் பறவைகள் பல இடங்களில் பாராட்டப்பட்டிருக்கின்றன. சித்திரகிரீவன் கதையில் தலைவன் சொல் கேளாமல் இன்னலுக்கு ஆளாகும் பறவைகள் மீண்டும் தலைவன் சொல் கேட்டு உயிர்பிழைக்கும். ஆனால் நம்மில் பலரும் எந்தத் தலைவன் சொல்வதையும் கேட்கமாட்டோம். எல்லோரும் இந்நாட்டு மன்னர்கள்தானே.

பறவைகள் எப்போதாவது உணவுக்காகச் சண்டையிட்டுப் பார்த்திருக்கிறோமா? வீடுகளில் வளர்க்கப்படும் கோழி,சேவல்,வாத்து போன்றவையும் வீடுகளை அண்டிவாழும் காகம்,குருவி,மைனா போன்றவையும் உணவுக்கான சண்டையின்றித் தத்தம் உணவை எவ்வளவு நேர்த்தியாகக் கண்டு உண்டு மகிழ்கின்றன. சமூக வாழ்வில் கூட்டுறவின் அவசியத்தை இதனைவிட வேறு எவ்வாறு விளக்கிவிடமுடியும். ஊருக்கு ஒதுக்குப் புறங்களில் பெரும் மரங்களில் வாழும் பறவைகளை உற்றுநோக்குவோம். காலை எழுந்தவுடன் கூடுகளைவிட்டு பறந்து எங்கெங்கோ சென்று கிடைக்கும் இரையினைத் தின்று திரும்புகின்றன. காலையில் அது செல்வதும்,மாலையில் திரும்புவதும் எத்தனை அழகானது.

கிராமங்களில் நடைபயிற்சி செய்யும்போது வானின் குறுக்காக அவைகள் பறக்கும் அழகைப் பார்த்துக்கொண்டே இருக்கலாம்.

தேவையான காலங்களில் இறக்கைகளை உதிர்த்து வெப்பத்தைக் குறைத்துக்கொள்ளவும் அவைகளுக்குத் தெரியும். இறக்கைகளின் மூலம் வெப்பத்தைத் தக்கவைத்துக்கொள்ளவும் அவைகளுக்குத் தெரியும். நாம்தான் குளிருக்கேற்ற ஆடை,கோடைக்கேற்ற குளிர்பதனம் என இயற்கையிலிருந்து எவ்வளவு விலக இயலுமோ அவ்வளவு தூரம் விலகி சூழலுக்கு மாசு சேர்க்கிறோம்.

தமது கூடுகளை அவை அமைக்க அவை எடுக்கும் முன்முயற்சிகளைப் பாருங்கள். ஒரு பொறியாளர் தோற்றுவிடுவார். குறைவான வெளிச்சம், நிறைவான காற்று. மனிதர்களால் தொந்தரவின்மை போன்றவற்றை மதிப்பீடு செய்கின்றன. பின்னர்க் கிடைக்கின்ற நார், குச்சி, பஞ்சு போன்றபொருட்களைக் கொண்டு நேர்த்தியான கூடுகளைக் கட்டுகின்றன. பின்னர் அதில் முட்டையிட்டு, அடைகாத்து, குஞ்சு பொறிக்கின்றன. பின் அவற்றிற்கு உணவூட்டி அவை பறக்கும் வரை உடனிருந்துவிட்டு நீ யாரோ நான் யாரோ எனப் பிரிகின்றன. ஒரு ஆதார் கார்டோ, குடும்ப அட்டையோ நமக்குத் தான் தேவை. கடவு சீட்டில்லாமல், விசா இல்லாமல் கண்டம் தாண்டும் சாதுக்கள் அவை. அவைகள் எளிமையின் சிகரங்கள்.

புதிய ஏற்பாடும் இதனாலேயே பறவைகளைப் பாருங்கள் அவை விதைப்பதுமில்லை அறுப்பதுமில்லை எனச் சிலாகிக்கின்றது. விதைக்காமல் அறுக்காமல் சாப்பிடுவது மட்டும் சரியா? என்றெல்லாம் கேட்கக்கூடாது. அவைகள் தானியங்களை மட்டும் சாப்பிடுவதில்லை. தானியங்களை உண்ணும் பூச்சி புழுக்களையும் உண்டு, உணவுச் சங்கிலியினைப் பராமரிக்கின்றன.

பறவைகளை அழித்துவிட்டு வெட்டுக்கிளிகளால் சேதப்பட்ட தேசங்களின் உதாரணங்கள் வரலாறு நெடுகிலும் உண்டு. கடந்த ஆண்டு ராஜஸ்தான் போன்ற வடமேற்கு மாநிலங்கள் பட்ட இன்னல்களை அவ்வளவு விரைவில் மறக்கமுடியுமா என்ன? பூச்சிகொல்லி தெளிப்பால் ஏற்படும் இரசாயன மாற்றங்களால், முட்டை ஓடுகள் மெலிதாகி முட்டை குஞ்சாகப் பொரியாமலேயே அழியும் உதாரணங்களும் உண்டு.

உணவு, உடை, உறையுள் ஆகிய அடிப்படைத் தேவைகளை இவ்வளவு எளிமையாக நிறைவு செய்துகொள்ளும் வாழ்வியல் கல்வி அவை பெற்றுள்ளன. அவற்றின் மொழி நமக்குப் புரியாமல் இருக்கலாம். ஆனால் அவைகள் ஒன்றோடு ஒன்று பல்வேறு

கருத்துக்களைப் பரிமாறிக்கொண்டுதான் இருக்கின்றன. உணவு கிடைத்தவுடன் காகம் கரையத் தொடங்கி அழைப்பது இதற்கான உதாரணம். நிசப்தமான நேரத்தில் சட்டெனத் தோன்றும் ஒலியைக் கேட்டு அவைகள் புறப்படும்போது அவை எழுப்பும் ஒலிக்கும், இயல்பான மாலைநேர இளைப்பாறலில் அவை வெளிப்படுத்தும் ஓசையயும் ஆய்ந்து பாருங்கள். அவற்றின் மொழி நாம் அறியாமலிருப்பதன் சோகம் விளங்கும்.

இப்படிப்பட்ட பறவைகளின் வாழ்வியல் அறிவியலைப் புரிந்துகொள்வது எவ்வளவு அவசியமானது. இந்நூலின் நோக்கமே அதுதான். பறவைகள் எத்தனை விதங்களில் காணப்படுகின்றன, அவற்றின் இறகுகளிடையே காணப்படும் வேற்றுமைகள்,அவை எவ்வாறு பறக்கின்றன, பறப்பதற்கு உதவியாக உள்ள அதன் உடலமைப்பு என்ன? கண்டம் விட்டுக் கண்டம் பறப்பதற்கான தேவை அவற்றிற்கு ஏன் உண்டாகிறது, பறவையைக் கண்ட மனிதன் எவ்வாறு விமானம் படைத்தான், விமானத்தின் அறிவியல் பின்னணி என்ன? பறவைகளைப் பற்றிய இப்படியான ஒவ்வொரு கூறுகளும் ஆச்சரியமூட்டுவன.

அவற்றை அறிவியல் பூர்வமாக விளக்க எவ்வளவு உழைப்புத் தேவைப்பட்டிருக்கும். இவை அனைத்தையும் சுவைபட எழுதுவது இன்னும் எவ்வளவு சவாலான பணி. இத்தகைய அரிய பணியை நண்பர் சசிக்குமார் செய்துள்ளார். சிறுவர்கள் மேற்கொள்ளும் களப்பயணம் போல இதனை வடிவமைத்திருப்பது கூடுதல் சிறப்பு. அறிவியலை புனைவு போலச் சொல்வது மிகவும் சவாலானது. அறிவியலும் தெரிந்திருக்கவேண்டும், படைப்பாற்றலும் வேண்டும், குழந்தைமொழியும் கைவரவேண்டும். இவை அனைத்தும் சசிக்குமாருக்கு வாய்த்திருப்பது சிறப்பே.

திருவனந்தபுரம் இந்திய விண்வெளி ஆராய்ச்சிக் கழகத்தில் (ISRO) பணியாற்றும் இவரது முந்தைய வெளியீடான “விண்வெளி மனிதர்கள்” பரவலான வரவேற்பைப் பெற்றது குறிப்பிடத் தக்கது. சசிக்குமார் தொடர்ந்து பல வெற்றிகரமான படைப்புகளும் படைத்துப் படைப்புலகில் தொடர்ந்து சிறகடிக்க மனமார வாழ்த்துகிறேன்.

வாழ்த்துகளும் பாராட்டுகளும்.

அன்புடன்
என்.மாதவன்
ஆசிரியர் குழு உறுப்பினர்,
துளிர் (சிறார் அறிவியல் மாதஇதழ்),
தமிழ்நாடு அறிவியல் இயக்கம்,
thulirmadhavan@gmail.com

முன்னுரை

கடந்த ஆண்டும், இந்த ஆண்டும் வீசிய கொரோனா அலை பலருடைய வாழ்வில் எண்ணிப் பார்த்திராத பல மாற்றங்களை உருவாக்கி விட்டது என்றால் அது மிகையல்ல. என்னுடைய வாழ்விலும் அறிவியல் தமிழில் பேசுவதற்கும் எழுதுவதற்கும் இந்தக் காலம் பிள்ளையார் சுழி போட்டது.

கடந்த ஆண்டு யாழ் இசை மற்றும் குறிஞ்சி சிந்தனை அங்கத்தினர்கள் கேட்டுக் கொண்டதற்கு இணங்க “பறவையின் இயக்கமும் வானூர்தி அறிவியலும்” என்ற தலைப்பில் உரையாற்ற ஒரு வாய்ப்பினை பெற்றேன். அதன் பிறகு அதைப் புத்தக வடிவில் வேண்டி பல நண்பர்கள் கேட்டுக் கொண்டதற்கு இணங்க இந்தப் புத்தகம் உருவாகியுள்ளது.

இந்தப் புத்தகத்தை எழுதலாமா ? என்று ஆலோசித்த பொழுது இது புத்தகமாக வரவேண்டுமென்று என்று ஆலோசனைகள் வழங்கிய இந்திய ரயில்வேயில் வேலை செய்யும் நண்பர் ஹரிகிருஷ்ணன் அவர்களுக்கும் ஏவிசி கல்லூரியில் இயற்பியல் துறை தலைவராக இருக்கும் நண்பர் சிங்காரவேலன் அவர்களுக்கும் எனது நன்றியை தெரிவித்துக்கொள்கிறேன். வழக்கம்போல் எனது எழுத்துக்களைப் படித்துப் பார்த்து அதில் நிறைகுறைகளைச் சுட்டிக்காட்டும் எனது அலுவலக நண்பர்களான பிரசன்னா, சுரேஷ் ஆகியோர்களின் ஆலோசனையும் இந்த நூல் உருவானதில் மிகவும் பயன் அளித்தது.

எனது உற்ற அலுவலக நண்பராக விளங்கிய ராஜேந்திரன் அவர்கள் இந்த நூலின் வரைவு அத்தியாயங்களைப் படித்து ஆலோசனைகளை வழங்கி வந்தார். இந்தப் புத்தகம் பதிப்புக்கு வரும் நேரத்தில், எதிர்பாராத விதமாக ஏற்பட்ட அன்னாரது மறைவு எனக்கு மிகுந்த மனவருத்தத்தை அளிக்கிறது. இந்தப் புத்தகத்தையும் சேர்த்து என்னுடைய அறிவியல் தமிழ் எழுத்துக்கள் அனைத்தையும் ஆராய்ந்து அதை மெருகேற்ற அவர் கூறிய ஆலோசனைகளை இங்கே நினைவு கூற விரும்புகிறேன்.

இந்தப் புத்தகத்தைப் படித்துப் பார்த்து நல்ல பல ஆலோசனைகளைக் கூறியும் சிறந்ததொரு அணிந்துரையும் வழங்கியுள்ள முனைவர் மாதவன் அவர்களுக்கும் எனது நன்றியை உரித்தாக்குகிறேன்.

பறவையைப் பற்றிய புத்தகம் என்பதால், அதில் படங்கள் வரைந்து சேர்க்கலாம் என்று முடிவு செய்தேன். எந்த மாதிரியான படங்கள் வேண்டும் என்று எனது எண்ண ஓட்டத்தை வார்த்தைகளாக விவரித்து நண்பர் ஆத்மா ரவி அவர்களுக்கு அனுப்பி வைத்தேன். பல்வேறு காரணங்களால் நேரடியாக அவரைத் தொடர்பு கொண்டு எப்படியான படங்கள் வேண்டும் என்று என்னால் தெரிவிக்க இயலவில்லை. இருந்தபோதிலும் நான் கொடுத்த குறிப்புகளைப் பலமுறை படித்துப் பார்த்து, அழகிய பல பறவைகளின் படங்களை வரைந்து இந்தப் புத்தகத்தை மெருகூட்டியதில் அவரின் பங்கு அளப்பரியது. இந்தப் புத்தகம் சிறப்பாக வரவேண்டும் என்று நான் விரும்பிய அளவைவிட அதிகமாக, படங்களை வரைவதில் அவர் காண்பித்த ஆர்வத்தைக் கண்டு புளங்காகிதம் அடைந்தேன். அவருக்கும் எனது மனமார்ந்த நன்றியை தெரிவித்துக் கொள்கிறேன்

இந்த நூலை உரிய நேரத்தில் ஆராய்ந்து புத்தகமாக வெளியிட உதவிய ஆயிஷா நடராஜன் அவர்களுக்கும், கடந்த புத்தகத்தைப் போலவே இந்தப் புத்தகத்தையும் நல்லவண்ணம் பதிப்பித்து வெளியிட உதவிய, நண்பர் நாகராஜ் மற்றும் பாரதி புத்தகாலயம் அங்கத்தினர் அனைவருக்கும் எனது மனமார்ந்த நன்றியை உரித்தாக்கிக் கொள்கிறேன்.

பறவைகளைப் பற்றிய இந்தச் சிறிய நூல் உங்களின் பல கேள்விகளுக்கு விடையாக அமையும் என்று நம்புகிறேன். இந்தப் புத்தகத்தில் உள்ள கருத்துக்களைக் காணொலியாக நான் ஆற்றிய உரையிலும் காணலாம். *(https://www.youtube.com/watch?v=b9HQkF9NDAU)*

இந்த புத்தகத்தைப் பற்றிய தங்களுடைய கருத்துக்கள் வரவேற்கப்படுகின்றன.

திருவனந்தபுரம்,
25-6-2021

பெ.சசிக்குமார்
sasiisro@gmail.com

புத்தகத்தைப் பற்றி...

புவியின் உயிரினங்கள் தோற்றத்திற்கு முதலில் தோன்றிய ஒரு செல் உயிரி வித்திட்டது. அதன் பிறகு ஒன்றன்பின் ஒன்றாகப் பல உயிரினங்கள் உருவாகின. இன்று லட்சக்கணக்கான உயிரினங்கள் இந்தப் புவியில் வாழ்ந்த போதிலும், அவற்றில் தனிச்சிறப்பு வாய்ந்த உயிரினமாகப் பறவையினம் திகழ்கிறது. இந்த உலகில் உள்ள ஜீவராசிகளில் பறக்கும் திறன் படைத்த உயிரினங்கள் பல இருந்தபோதிலும், நெடுந்தூரம் பறக்கக்கூடிய தனித்திறமையைக் கொண்ட ஒரே உயிரினம் இந்தப் பறவைகள் தான். அதனால்தான் பறவைகள் வாழ முடியாத இடங்களில் வேறு எந்த ஒரு உயிரினமும் வாழத் தகுதி இல்லாமல் இருக்கின்றது.

இறந்த விலங்கினங்களை உண்டு சுற்றுப்புறச் சூழலை காப்பதில் பறவைகளின் பங்கு கணக்கிலடங்காது. இறக்கையை அடிக்காமல் பறவை எப்படிப் பறக்கிறது என்பதைப் பார்க்கும் பொழுது ஆச்சரியமளிக்கிறது. சிறகு விரித்து ஆடும் மயிலை கண்டு ஆனந்தம் அடையாத வரும் உண்டோ!. வித விதமாக ஒலி எழுப்பும் பறவைகளின் சங்கீதத்திற்கு எவையும் ஈடாகாது. இதுபோல் பறவையைப் பற்றிப் பல சிறப்பம்சங்களைச் சொல்லிக்கொண்டே போகலாம்.

பறவைகளைப் பார்க்கும் பொழுது குழந்தைகள் மட்டும் இல்லாமல் பெரியவர்களின் மனமும் குதூகலம் அடைகிறது. சிட்டுக்குருவியின் பாடலில் மயங்கிய பாரதி, குடும்பத்திற்காக அவரது மனைவி கடன் வாங்கிக் கொண்டுவந்த அரிசியைக் குருவிக்கு அள்ளி வீசினார்.

விதவிதமான பறவைகளைப் பற்றியும் அவற்றின் வாழ்விடங்கள், அவற்றின் தனிச் சிறப்புகளைப் பற்றிப் பலவாறு நாம் கேட்டிருக்கிறோம். ஆனால் இந்தப் பறவைகள் எப்படி இந்த நிலைக்கு வந்தன. அவற்றின் பறக்கும் திறன் எப்படி நிர்ணயிக்கப்படுகிறது என்பதை அறிவியல் தமிழில் அலசுவது தான் இந்த நூல்.

பறக்கும் தொழில்நுட்பத்தை எப்படி ஒவ்வொரு பறவையும் கையாளுகிறது, பறவையின் இறகுகளும் இறக்கைகளின் வடிவமைப்புகளும் ஏன் மாறுபடுகின்றன, பறவைகள் கூட்டமாகப் பயணிப்பதின் காரணம், பறவை பறக்கும் இடங்கள், தொலைதூர பயணத்திற்கான காரணங்கள், ஆற்றல் செலவீனம் இல்லாமல் பறக்கும் தந்திரம், பறவை மேலே கிளம்புவதற்கு இயற்கையின் உதவி, பறக்கும் இயந்திரங்கள் வடிவமைப்பில் பறவையின் பங்கு எனப் பல கேள்விகளுக்கு அறிவியலின் பார்வையில் இந்தப் புத்தகம் பதில் சொல்ல விழைகிறது.

கதைக்களம்

இரண்டாம் வகுப்பு படிக்கும் கௌதம் தனது பள்ளி ஆண்டு விடுமுறைக்காக அத்தை வசிக்கும் கிராமத்திற்குச் செல்கிறான். அங்கே தனது அண்ணன் கோகுல் மற்றும் அத்தை மகள்களான சிருஷ்டிகா மற்றும் கௌசிகா ஆகியோர்களுடன் விளையாடுகிறான். அவர்கள் வசிக்கும் கிராமம் ஈரோட்டிலிருந்து 13 கிலோ மீட்டர் தொலைவில் உள்ள வெள்ளோடு என்ற இடத்தை அடுத்து உள்ளது. அங்கே பரந்து விரிந்த பெரிய குளம் ஒன்று உள்ளது.

அந்தக் குளத்திற்குப் பல்வேறு நாடுகளில் இருந்து பறவைகள் வந்து செல்கின்றன. இந்தப் பறவைகள் சரணாலயத்தின் வழியாகக் கௌதம் பலமுறை சென்றிருந்தாலும், இந்த ஆண்டு அவன் அங்கே வந்த பொழுது அவனுக்குப் பல சந்தேகங்கள் எழுகின்றன. அவனுடைய சந்தேகங்களுக்கும், மற்ற மூன்று குழந்தைகளுக்குமான உரையாடலையும் அவர்களின் கேள்விகளுக்குப் பதிலாக விரிவான விளக்கத்தை இந்தப் புத்தகத்தில் நாம் காணலாம்.

வெள்ளோடு பறவைகள் சரணாலயம், ஈரோடு மாநகரத்தில் இருந்து 12 கிலோமீட்டர் தொலைவில் உள்ளது. 240 ஏக்கர் பரப்பளவில் உள்ள பெரியகுளம் எனப்படும் குளத்தைச் சுற்றி இந்தச் சரணாலயம் அமைக்கப்பட்டுள்ளது. அதிகபட்சமாக 25 அடி ஆழம் வரை தண்ணீரை இந்தக் குளத்தில் சேமித்து வைக்க முடியும். குளத்திற்குப் பறவைகள் வருவதைப் பார்த்து 1996 ஆம் ஆண்டு, இது பறவைகள் சரணாலயமாக மாற்றப்பட்டது. பவானிசாகர் அணையிலிருந்து வரும் கீழ்பவானி கால்வாய், இந்தக் குளத்திற்கு அருகில் ஓடுகிறது.

வெள்ளோடு பறவைகள் சரணாலயம் செல்லும் சாலையின் நுழைவுவாயில் மற்றும் சரணாலயத்தின் முகப்புத் தோற்றம்

இந்தக் குளத்தைச் சுற்றி உள்ள கிராமங்களில் பெய்யும் மழை நீர் சிறு ஓடை வழியாக இந்தக் குளத்தை அடைகிறது. அந்த ஓடையின் வழித்தடத்தை அடைக்காமல் இருப்பதற்காகக் கீழ்பவானி வாய்க்கால் நிலத்திற்கு அடியில் கொண்டு சென்று மீண்டும் அதே உயரத்தில் கொண்டுவரும் ஒரு தொழில்நுட்பத்தைக் குமுளி பாளையம் என்ற இடத்தில் இந்தக் குளத்திற்கு அருகே கட்டியுள்ளனர். இரண்டு தண்ணீர் பாதைகளை நிலத்திற்கு அடியில் உள்ள சுரங்கப் பாதை மூலம் கடக்கும் அரிய தொழில்நுட்பத்தை இங்கே காணலாம்.

குமுளி பாளையம்: கீழ்பவானி வாய்க்கால் நிலத்திற்கு அடியில் உள்ள சுரங்கத்தின் வழியாக உள்ளே சென்று வெளியே வருவதை ஆச்சரியமாக ஆராயும் கௌதம்

உள்ளடக்கம்

1
உயிரினங்கள் எப்படி உருவாகின?

சனிக்கிழமை காலை 6 மணிக்கு எழுந்த கௌதம், "அப்பா இன்று அத்தை ஊருக்கு மிதிவண்டியில் சென்றால் எப்படி இருக்கும். சென்ற ஆண்டு நான் மிதி வண்டி ஓட்ட கற்றுக்கொண்டேன், இந்த ஆண்டு மிதி வண்டி ஓட்டுவது எனக்கு மிகவும் பிடித்திருக்கிறது. மிதிவண்டி ஓட்டி பழகிய உடன் மிதிவண்டியில் ஓரிடத்திலிருந்து மற்றோர் இடத்திற்கு வேகமாகச் செல்வதால் அது எனக்கு மிகவும் பிடித்திருக்கிறது" என்று கூறினான்.

சரி அப்படியே ஆகட்டும் ! நாம் இன்று அத்தை ஊருக்கு மிதிவண்டியில் செல்லலாம் என்றார் அப்பா. ஏழு மணிக்கு மிதிவண்டியில் புறப்பட்ட அவனும் அவனது அப்பாவும் எட்டு மணிக்கு வெள்ளோடு பறவைகள் சரணாலயத்தை அடைந்தனர். கடந்த ஆண்டுக் கொரோனா காலம் ஆகியதால் இரண்டாம் வகுப்பு முழுவதும், எனது பள்ளிப் பாடங்கள் அனைத்தும் கணிப்பொறியில் தான் நடைபெற்றன.

அதில் பொது அறிவு என்று ஒரு பாடம் இருந்தது. அந்தப் பாடத்தில் புவியைப் போல எட்டுக் கோள்கள் இருக்கின்றன, அவை அனைத்தும் சூரியனை சுற்றுகிறது என்று ஆசிரியர் கூறினாரே ? அதைப்பற்றிக் கொஞ்சம் விளக்கமாகக் கூற முடியுமா ?

நமது குடும்பம் இருப்பது போல் இந்தப் புவி சூரிய குடும்பத்தில் ஓர் அங்கம் வகிக்கிறது. அதில் சூரியன் தான் குடும்பத்தலைவர் அவர் நடுவில் இருக்கிறார். அவரைச் சுற்றி எட்டுக் கோள்கள் சுற்றிக் கொண்டிருக்கின்றன. அதில் மூன்றாவது இடத்தில் தான் நாம் வசிக்கும் இந்தப் புவி உள்ளது.

அப்படியா, நமது குடும்பம் எனது நண்பனின் குடும்பம் என நமது ஊரில் பல குடும்பங்கள் இருப்பது போல், பல சூரிய குடும்பங்கள் இருக்கின்றனவா ? எப்படி இந்தச் சூரியன் உருவானது அதைப்பற்றிக் கொஞ்சம் தெளிவாகக் கூறுங்களேன்.

1400 கோடி ஆண்டுகளுக்கு முன்பு அடர்த்தி அதிகமான ஒரு பொருள் இருந்தது. அதன் அடர்த்தி எவ்வளவு அதிகம் என்றால், இப்பொழுது நீ குடிக்க வைத்து இருக்கும் இந்தத் தண்ணீர் பாட்டிலில் ஒரு லிட்டர் தண்ணீரை ஊற்றினால் உன்னால் தூக்க முடியுமா ? கண்டிப்பாகத் தூக்க முடியும். அதன் எடை எவ்வளவு இருக்கும் என்று நினைக்கிறாய்.

ஒரு லிட்டர் தண்ணீரின் எடை ஒரு கிலோ என்று முன்பு ஒரு நாள் கூறினீர்களே. மிகச் சரி, அதை ஒரு கனமீட்டர் பருமனில் ஆயிரம் கிலோ எடையுள்ள தண்ணீரை வைக்க முடியும் என்றும் கூறலாம். அதுவே நாம் அணியும் தங்கத்தை எடுத்துக் கொண்டால் அதன் அடர்த்தி 19,300 கிலோ கிராம்/ கன மீட்டராக இருக்கும். அது புவியில் உள்ள அடர்த்தியான பொருட்களில் ஐந்தாம் இடத்தைப் பெற்றுள்ளது. நமது புவியில் சராசரி அடர்த்தி 5500 கிலோ கிராம்/ கன மீட்டர். இப்பொழுது அடர்த்தி அதிகமானால், நாம் நினைத்துப் பார்க்க முடியாத அடர்த்தி அதிகமான ஒரு பொருள். அந்தப் பொருளில் இருந்து ஒரு துளி எடுத்து எவ்வளவு எடை இருக்கும், என்று கணக்கிட்டால் அதைப் பல யானைகளைக் கொண்டு கூடத் தூக்க முடியாது என்று வைத்துக்கொள்.

அப்படி ஒரு பொருள் இந்தப் பேரண்டத்தில் வெடித்துச் சிதறியது. அந்த நிகழ்வுக்குப் பெருவெடிப்பு (Big bang) என்று கூறுகிறோம். அப்படி வெடித்துச் சிதறிய பொழுது அதிலிருந்து பல பாகங்கள் பிரிந்து பேரண்டத்தில் ஒவ்வொரு பகுதியாகத் தனது பயணத்தைத் தொடங்கின. நீங்கள் சொல்வது எனக்கு ஒன்றும் அவ்வளவு தெளிவாகப் புரியவில்லை. உதாரணத்திற்குத் தீபாவளிக்கு நீ பட்டாசு வெடித்து இருக்கிறாயா, ஆம் வெடித்து இருக்கிறேன். அதில் அணுகுண்டு என்ற மிகுந்த அதிகச் சத்தம் போடும் பட்டாசை பார்த்து இருக்கிறாயா. நான் பார்த்து இருக்கிறேன்.

அது கூடப் பச்சை நிறத்தில் மேலே சிறிய நூல் கட்டி இருந்தது. ஆம், சரி அதுதான், அந்தப் பட்டாசு வைப்பதற்கு முன்பு அது சிறிய அணுகுண்டாக இருந்தது. அதில் நெருப்பு வைத்தவுடன் என்ன ஆயிற்று ? அது வெடித்தது, நமது வீட்டின் முன்பு காகித குப்பைகளாக மாறிப்போயின. இப்பொழுது இந்த அணுகுண்டு தான் நான் கூறிய பேரண்டத்தில் வெடித்த பொருள் என்று வைத்துக்கொள். இந்த அணுகுண்டு வெடித்தவுடன் அதிலிருந்து காகிதக் குப்பை கிளம்பி சாலையின் பல பகுதிகளில் சென்று விழுந்தது. அதுபோல் 1400 கோடி ஆண்டுகளுக்கு முன்னால் அந்தப் பொருள் வெடித்த பொழுது அதிலிருந்து பல பாகங்கள் நெருப்புப் பந்தாகப் புறப்பட்டன. அப்படிப் புறப்பட்ட பொருட்கள் தான் பின்னாளில் கோள்களும் விண்மீன்களும் ஆக மாறின.

அப்படியே பேசிக்கொண்டே அவர்கள் கால்வாயை ஒட்டிய சாலையை அடைந்தனர். அங்கே சிறிது நேரம் ஓய்வுக்குப் பிறகு கிராமத்தை அடைந்தனர். இதுவரை அவன் பேசி வந்ததை மற்ற மூன்று குழந்தைகளுடன் பகிர்ந்து கொண்டான். காலை சிற்றுண்டிக்கு பிறகு இந்த உரையாடலில் நான்கு பேரும் கலந்து கொண்டனர்.

அப்பொழுது கௌசிகா கூறினாள், எங்கள் வகுப்பிலும் சூரிய குடும்பத்தைப் பற்றியும் புவியைப் பற்றியும் கூறினார்கள். நீங்கள் கூறியதில் ஒரு சந்தேகம் உள்ளது. பொருள் வெடித்துச் சிதறினால் அவை தனித்தனியாகத் தானே விழ வேண்டும் ? ஏன் எல்லாம் ஒரு கூட்டாகச் சேர்ந்தன? எட்டுக் கோள்கள்

எப்படிச் சூரியனை சுற்ற ஆரம்பித்தது? அது ஒன்றும் புரியவில்லையே மாமா என்றாள்.

இப்பொழுது தொலைக்காட்சியில் பல அலைவரிசைகள் உள்ளன. அவற்றில் பல நிகழ்ச்சிகள் நடைபெறுகின்றன யாருக்கு என்ன நிகழ்ச்சி பிடிக்கும் என்று கூறுங்கள் பார்க்கலாம். கௌதம் எனக்கு மிஸ்டர் பீன் மிகவும் பிடித்த தொடர் வாய்ப் பேசாமல் அவர் செய்யும் செயல்கள் மிகவும் நகைச்சுவையாக இருக்கும் என்றான். கோகுல் நகைச்சுவை அலைவரிசை ரொம்பப் பிடிக்கும் என்றான். சிருஷ்டிகா எனக்கு டோரா ரொம்பப் பிடிக்கும் என்றாள். எப்படி உங்கள் ஒவ்வொருவருக்கும் வேறு வேறு தொலைக்காட்சி அலைவரிசை பிடிக்கிறதோ, அது போல் இந்தப் பேரண்டத்தில் சுற்றிக் கொண்டிருக்கும் ஒவ்வொரு பொருளும் மற்ற பொருளை ஈர்க்கும் ஆற்றல் கொண்டவை. அவை எப்படி ஈர்க்கும் என்றால், அதை நியூட்டன் தனது ஈர்ப்பியல் விதியில் கூறுகிறார்.

நியூட்டனின் ஈர்ப்புவிசை சுற்றிக்கொண்டிருக்கும் இரு பொருட்களுக்கும் ஒரே மாதிரி இருந்தாலும், எடை குறைந்த பொருள் எடை அதிகமான பொருளினால் ஈர்க்கப்படும். அதனால் எடை குறைந்த பொருள் எடை அதிகமான பொருளின் ஈர்ப்பு விசையால் அதைச் சுற்றி வரும். அதனால் தான் எடை அதிகமான சூரியன் எடை குறைந்த புவியைப் போன்ற மொத்தம் எட்டுக் கோள்களை ஈர்த்து சூரிய குடும்பத்தை உருவாக்கி உள்ளது. இதேபோல்தான் எடை குறைந்த நிலா புவியின் ஈர்ப்பினால் புவியைச் சுற்றிக் கொண்டிருக்கிறது. இந்தக் கோள்கள் மட்டுமில்லாமல் எடை குறைந்த வேறு சில பொருட்களும் சூரியக்குடும்பத்தில் உள்ளன.

ஒரே எடையுள்ள 100 ரொட்டித் துண்டுகள் இருப்பதாக வைத்துக் கொள்வோம். நான் தான் சூரியன், நீங்கள் அனைவரும் சூரிய குடும்பத்தில் உள்ள கோள்கள் என்று வைத்துக் கொண்டால். எனது எடை 99 முழு ரொட்டிகளும் ஒரு முக்கால் பகுதி ரொட்டிக்கும் சமமாக இருக்கும். உங்கள் அனைவரின் எடை கால்பங்கு ரொட்டியில் எடை தான் இருக்கும். அதாவது சூரிய குடும்பத்தில் சூரியனின் எடை மட்டும் 99.8 விழுக்காடு ஆகும். மற்ற அனைத்து கோள்களும் சேர்ந்து 0.2 விழுக்காடு

தான். அதனால்தான் சூரியன் மற்ற எட்டு கோள்களையும் ஈர்க்கிறது, இந்த எட்டுக் கோள்கள் சூரியனை நீள்வட்டப்பாதையில் வலம் வருகின்றன. இந்தப் பெரு வெடிப்பின் காரணமாகச் சூரியனைப் போல ஐந்தாயிரத்திற்கும் மேற்பட்ட விண்மீன்களும் புவியைப் போன்ற லட்சத்திற்கும் அதிகமான கோள்களும் மேலும் எரிகற்கள், வால் நட்சத்திரங்கள் எனப் பல இப்பேரண்டத்தில் உருவாகின.

அப்படியானால், பெருவெடிப்பு நடந்தவுடன் சூரியக் குடும்பமும் புவியும் உருவாகியதா என்று கேட்டான் கோகுல்.

இல்லை 1400 கோடி ஆண்டுகளுக்கு முன்பு இந்தப் பெருவெடிப்பு நடந்தாலும், பேரண்டத்தில் சுற்றிக்கொண்டிருந்த ஒவ்வொரு பொருளும் மற்றொரு பொருளை ஈர்த்துச் சூரியகுடும்பம் உருவாகி புவி உருவாவதற்கு ஏறத்தாழ ஆயிரம் கோடி ஆண்டுகள் ஆகின. நமது புவியின் வயது 450 கோடி ஆண்டுகள் தான்.

மிகவும் சூடான பொருள் என்று முதலில் கூறினீர்கள், அதிகச் சூடாக இருக்குமே, அப்பொழுது நாம் எங்கே போனோம்? என்றாள் சிருஷ்டிகா.

இது ஒரு நல்ல கேள்வி. முதலில் இப்படி உருவாகிய புவியில் காற்றும் இல்லை தண்ணீரும் இல்லை, மனிதனோ விலங்குகளோ யாரும் இல்லாத ஒரு நெருப்புப் பந்தாக இந்தப் புவி இருந்தது. எப்படி எண்ணெயில் பொரித்து எடுக்கப்பட்ட உருளைக்கிழங்கு போண்டாவும் வறுத்து எடுக்கப்பட்ட வேர்க்கடலையும் முதலில் சூடாக இருந்தாலும் பின்னர் நாம் உண்ணக் கூடியதாக மாறுவது போல் இந்தப் புவியும் மாற்றம் கண்டது. கால நிலை மாறுபாட்டால் மழை பெய்ய ஆரம்பித்தது. புவியில் தண்ணீர் வந்தவுடன் முதல் உயிரினமான ஒரு செல் உயிரி 350 கோடி ஆண்டுகளுக்கு முன்பு தோன்றியது. அதன் பிறகு நீரில் வாழக்கூடிய தாவரங்கள் உருவாகின. நூறு கோடி ஆண்டுகளுக்கு முன்பு பல செல் உயிரிகள் உருவாகின. இப்படியாக நீரில் முதல் உயிரினங்கள் தோன்றி 50 கோடி ஆண்டுகளுக்குப் பின்பு சிறிய மீன்கள் தோன்றின.

நெருப்புப் பிழம்பாக இருந்த புவியின் நடுவில் உள்ள பகுதியில் பல தாதுப்பொருட்கள் சூடான நிலையில் இருந்தன. அந்தத் தாது பொருட்களில் இருந்து தாது மட்டும் தங்கிவிட்டு, அதனால் வெளியிடப்படும் வாயுக்கள் புவியின் மேல் பகுதிக்குக் கொஞ்சம் கொஞ்சமாக வந்தது. இப்படி வந்த வாயுக்கள் புவியில் ஒரு வளிமண்டலத்தை உருவாக்கின. அது தான் நாம் இப்பொழுது காணும் இந்த வளி மண்டலம்.

47 கோடி ஆண்டுகளுக்கு முன்பாக வளிமண்டலம் உருவாகிய உடன் தரையிலும் தாவரங்கள் தோன்றின. நீரில் உருவாகிய பல செல் உயிரிகள் தனது உருவத்தைப் பெரிது படுத்தின. அவற்றில் சில தண்ணீரிலேயே எத்தனை காலம் இருப்பது கொஞ்சம் தலையை எட்டி தரைக்குச் சென்று வரலாமா என்று ஆலோசித்தது. அப்படிக் கரையை வந்து பார்த்துவிட்டு மீண்டும் தண்ணீர்க்குள் ஓடின. காலம் உருண்டோட அவற்றிலிருந்து உருவாகிய சிறு உயிரினங்கள் தரையிலேயே தங்கி விட்டன. 30 கோடி ஆண்டுகளுக்கு முன்பு ஊர்வன உண்டாகின. 20 கோடி ஆண்டுகளுக்கு முன்பு குட்டி போட்டு பாலூட்டும் வகையைச் சேர்ந்த பாலூட்டிகள் இந்தப் புவியில் உருவாகின.

சகாப்தங்கள் /ஊழி	காலங்கள்	வருடங்கள் (கோடியில்)	தோன்றிய உயிரினங்கள்
புது உயிர் ஊழி	நாலாம் பகுதி யுகம்	0.18	ஆதிகால மனிதன் பிறந்தது
	மூன்றாம் பகுதி யுகம்	0.53-6.5	பாலூட்டிகளின் காலம். டைனோசர் மற்றும் பல உயிரினங்களி[illegible] அழிவு தொடங்கியது

இடையூழி	கிரீத்தேசிய யுகம்	*14.4*	முதல் பூக்கும் தாவரங்கள்
	ஜுராசிக் யுகம்	*20.6*	பறக்கும் உயிரினங்கள் உருவாகியது
	திரியாசிக்கு யுகம்	*24.8*	டைனோசர்களின் ஆதிக்கம் அதிகமானது
பேலியோக் யுகம்/ முதல் ஊழி/ தொல்லுயிர் ஊழி	பெர்மியன் யுகம்	29	பல கடல்வாழ் உயிரினங்களின் அழிவு தொடங்கிய காலம்
	கார்போ னிஃபெரஸ்/ நிலக்கரி உருவான யுகம்	32.3	முதல் ஊர்வன சதுப்பு நிலங்கள் உருவாகின
	டவோனியன் யுகம்	41.7	பூச்சி புதைபடிவங்கள்
	சிலூரியன் யுகம்	44.3	மீன்களின் ஆதிக்கம். நிலத்தில் வாழும் தாவரங்கள்
	ஆர்டோவிசியன் யுகம்	49	மீன்கள் பிறந்தன
	கேம்ப்ரியன் யுகம்	54	ஓட்டு உடன்பிறந்த உயிரினங்கள்
வருடங்களைக் கணக்கிட இன்றுமுதல் நாம் பின்னோக்கி செல்ல வேண்டும்			
புவியில் உயிரினங்களின் தோற்றம்			

அதனால்தான் தவளை நிலத்திலும் நீரிலும் வாழ்கிறதா? என்று ஆச்சரியமாகக் கேட்டான் கௌதம்.

ஆமாம் மிகச் சரியே. இப்படி முழு நேரம் நிலத்திலேயே சில உயிரினங்களும் முழுநேரம் நீரிலேயே சில உயிரினங்களும் தங்கி விட்டாலும், இன்னும் சில உயிரினங்கள் நிலத்திலும் நீரிலும் வாழ்வதை வழக்கமாகக் கொண்டுள்ளன. தவளையைப் போன்று வேறு ஏதாவது உயிரினங்கள் நிலத்திலும் நீரிலும் வாழ்வதைப் பற்றி யாராவது கூறுங்கள் என்றார்.

உடனே ஆமை தண்ணீருக்குள் மூழ்குவதை நான் பார்த்து இருக்கிறேன் என்றாள் கௌசிகா.

மிகச் சரியே, மீனைப்போல் நாள்கணக்கில் தண்ணீரில் இல்லாமல் அதிகப் பட்சம் 8 மணி நேரம் வரை ஆமையால் தண்ணீரில் தாக்குப் பிடிக்க முடியும். பின்னர்த் தரைப் பகுதியை அடைந்து தேவையான அளவு காற்றை உள்ளிழுத்துக் கொண்டு மீண்டும் தண்ணீருக்குள் சென்று விடும்

இப்படியாக உயிரினங்கள் மாறிமாறி வந்ததைப் பற்றி டார்வின் மிகத் தெளிவாகக் கூறியுள்ளார். 24 கோடி ஆண்டுகளுக்கு முன்பாக டைனோசர்கள் என்ற இனம் தோன்றியது. அதை நீங்கள் கேள்விப்பட்டிருக்கிறீர்களா ? ஆம் நாங்கள் கேள்விப்பட்டு இருக்கிறோம் புத்தகத்தில் படத்தைப் பார்த்து இருக்கிறோம் என்று நால்வரும் ஒருசேர கூறினார்கள். இந்த டைனோசர்கள் காலத்தில் தான் உங்கள் ஊரில் சுற்றித்

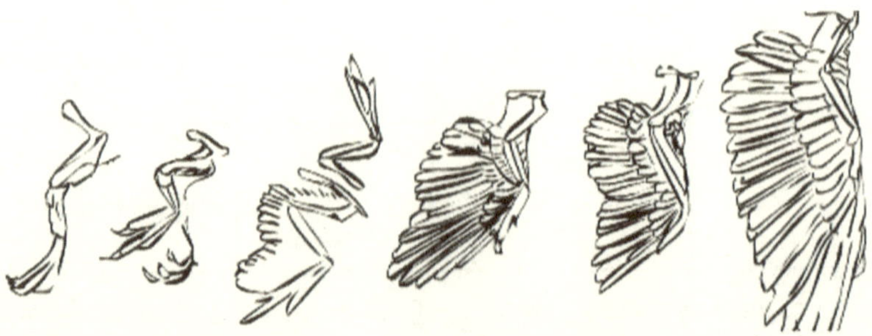

விரல்களிலிருந்து இறக்கையாகப் பரிமாணம் அடைந்ததின் படிகள்

திரியும் பறவைகள் உருவாகின என்பது உங்களுக்குத் தெரியுமா? டைனோசர்களின் சிலவகை எத்தனை காலம்தான் இப்படி நடந்து கொண்டே இருப்பது, ஓடிப் பார்க்கலாம், வேகமாக ஓடி மலையிலிருந்து குதித்துப் பார்க்கலாம், ஒரு மரத்தில் இருந்து மற்றொரு மரத்திற்குத் தாவி குதித்துப் பார்க்கலாம் என்று தொடர்ந்து முயற்சி செய்து கொண்டிருந்தன. அப்படி ஒரு சந்ததி முயற்சி செய்ததில் அவர்களின் விரல்கள் மெதுவாகப் பரிமாண மாற்றம் அடைந்து இறக்கைகளாக மாறின. அந்த இறக்கைகளைக் கொண்டு அவற்றால் சிறிது தூரம் பறக்க முடிந்தது. இப்படியாகப் புவியில் முதல் பறவை இனம் 15 கோடி ஆண்டுகளுக்கு முன்பாக உதயமானது.

இதைப்போல் தான் எங்கள் ஆசிரியரும் மனிதன் குரங்கிலிருந்து வந்தான் என்று கூறினார். குரங்கு எப்பொழுது வந்தது மனிதன் எப்பொழுது வந்தான் மாமா என்றாள் சிருஷ்டிகா.

25 லட்சம் ஆண்டுகளுக்கு முன்பு நமது மூதாதையர்கள் புவியில் தோன்றினார்கள். அவர்கள் குரங்கிலிருந்து மாறிய மனிதர்கள். முழு வளர்ச்சி அடைந்த கற்கால மனிதர்கள் இரண்டு லட்சம் ஆண்டுகளுக்கு முன்பாகப் புவியில் தோன்றினர். 40 ஆயிரம் ஆண்டுகளுக்கு முன்பாக நம்மைப் போன்று அறிவு படைத்த நியாண்டர்தால் மனிதர்கள் புவியில் தோன்றினர். இப்படித்தான் உயிரினமும் நாமும் தோன்றினோம்.

உயிரினங்களில் ஏற்படும் பரிமாண வளர்ச்சி இன்னும் நடந்து கொண்டுதான் இருக்கிறது. நமது ஆயுட்காலத்தைக் காட்டிலும் உயிரினங்களின் பரிமாண வளர்ச்சிக்கு பல ஆண்டுகள் அதிகமாவதால் நம்மால் கண்கூடாகப் புது உயிரினங்கள் உருவாவதை காண முடியவில்லை. நீந்துவதற்குப் பயன்படும் இறக்கையைக் கொண்டு பறக்கும் ஒரு வகை மீன் இன்னும் கடலில் காணப்படுகிறது. அது தனது இறக்கையைக் கொண்டு அரைக் கிலோ மீட்டர் தூரம் வரை பறக்கும் திறன் கொண்டது.

இப்படி எல்லா உயிரினங்களும் உருமாறி வேறு வேறு உயிரினங்களாக வந்தபோதும் ஒரே ஓர் உயிரினம் மட்டும் 30 கோடி ஆண்டுகளாக மாறாமல் வாழ்ந்துகொண்டிருக்கிறது.

இன்றும் நம்முடன் வாழ்கிறது. நீங்கள் தினமும் அதைப் பார்க்கிறீர்கள். அதைப் பற்றி உங்களுக்குத் தெரியுமா ? நால்வரும் எங்களுக்குத் தெரியாது என்று தலையாட்டினார். அது நமக்கு அடிக்கடி தொல்லை கொடுத்துக் கொண்டிருக்கும் கரப்பான்பூச்சி தான். அனைவரும் ஆச்சரியத்தில் மூழ்கிப் போனார்கள். இன்று நேரமாகிவிட்டதால் நாளை பறவைகளைப் பற்றிப் பார்க்கலாம்.

2
பறவைகள் பலவிதம்

சென்ற முறை வந்த பொழுது, புவியில் எப்படிப் பல வகையான உயிரினங்கள் உருவாகின என்று கூறினீர்கள் மாமா. ஆனால் எங்கள் கிராமத்திலேயே பல வகையான பறவைகளைப் பார்க்கிறேன். ஒரு பறவை உருவாகி இருந்தால் ஏன் இப்பொழுது நிறையப் பறவைகள் வந்தன? அதைப் பற்றித் தெளிவாகக் கூறுங்கள் என்றாள் கௌசிகா.

சரி உங்களுக்குத் தெரிந்த பறவைகளைப் பற்றிக் கூறுங்கள், எத்தனை வருகிறது என்று பார்க்கலாம். சிட்டுக் குருவி, காகம், கழுகு, தூக்கணாங்குருவி, ஆந்தை என்று அவர்கள் பட்டியல் 25 பறவை வகைகள் வரை நீண்டது. அதற்கு மேல் தெரியுமா ? இவ்வளவு தான் நாங்கள் பார்த்திருக்கிறோம். அதற்கு மேலும் இருக்கிறதா என்றார்கள்.

ஆம், இன்றைய தேதிக்கு உலகத்தில் 18 ஆயிரம் வகையான பறவைகள் இருப்பதாக அறியப்பட்டுள்ளது. அதில் 90 விழுக்காட்டுக்கும் அதிகமான பறவைகள் வகைப்படுத்தப்பட்டுள்ளன. அதாவது அவற்றைப் பற்றிய தரவுகள் நம்மிடம்

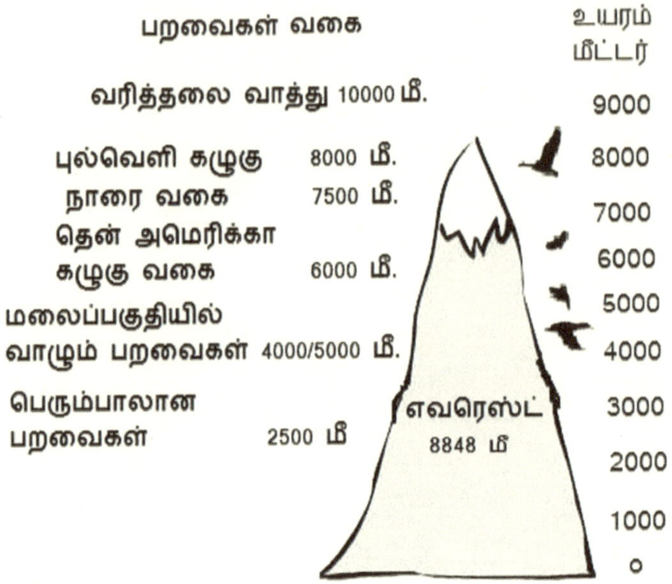

பறவையும் அவற்றின்
பறக்கும் உயரமும்

பறந்துகொண்டே நிற்கும்
ரீங்கார பறவை

6000 அடி உயரத்தில் உள்ள வெள்ளியங்கிரி ஆண்டவரை தரிசிக்கச் செல்லும் பொழுது

ஓடுவதற்காகத் தனது இறக்கைகளைப் பயன்படுத்தும் நெருப்புக்கோழி

10,000 கிலோமீட்டர் வரை பறக்கும் ஆர்டிக் டேரன் கடற்பறவை

தெளிவாக உள்ளன. அன்று நாம் என்ன பார்த்தோம் 20 கோடி ஆண்டுகளுக்கு முன்பாகக் கைகளை இறக்கைகளாக மாற்றிப் பறக்கும் ஓர் உயிரினம் தோன்றியது என்று பார்த்தோம். எப்படிக் குரங்கிலிருந்து மனிதன் தோன்றினானோ, ஒரு செல் உயிரிலிருந்து பல செல் உயிரிகள் தோன்றியதோ அதேபோல் இப்படிப் பறந்த உயிரினமும் பலவாறு பிரிந்து பல்வேறு பறவையாக இன்று நம்முன் நிற்கின்றது.

இந்த வெள்ளோடு சரணாலயத்தில் இருந்து ஈரோடு செல்லவேண்டுமென்றால் எப்படிச் செல்லலாம்? பேருந்தில், மகிழுந்தில் அல்லது மிதிவண்டியில் செல்லலாம். அதுவே சாலைகள் எதுவும் இல்லாத உயரமான மலைப் பகுதியில், நாம் மேலே கூறிய எந்த ஒரு வாகன போக்குவரத்திலும் மலையின் உச்சியை அடைய முடியாது. மனிதன் 1969 ஆம் ஆண்டு 3.84 லட்சம் கிலோமீட்டர் தொலைவில் உள்ள நிலவில் கால் வைத்தான். ஆனால் புவியிலேயே இருக்கும் 8.85 கிலோமீட்டர் உயரத்தில் இருக்கும் எவரெஸ்ட் மலையின் உச்சிக்கு 1953இல் தான் செல்ல முடிந்தது. நமக்குத் தெரிந்த நமது ஊரில் இருந்து அருகில் உள்ள உயரமான மலையான தென்கையிலாயத்தைப்பற்றி உங்களுக்குத் தெரியுமல்லவா? அனைவரும் தெரியும் என்றனர்.

கோயம்புத்தூருக்கு அருகில் பூண்டி எனும் இடத்தில் அமைந்துள்ள தென் கைலாயம் என்று அழைக்கப்படும் 6000 அடி உயரமுள்ள வெள்ளியங்கிரி மலைக்குக் கோகுல், கௌசிகா மற்றும் கௌதம் வந்துள்ளனர். நீங்கள் எப்படி அந்த மலை உச்சியை அடைந்தீர்கள். நடந்து தான் வந்தோம் பாதியில் என்னால் நடக்க முடியவில்லை. அதனால் என்னை ஒரு மாமா தூக்கி கொண்டு வந்தார் என்றால் கௌசிகா. ஏன் அங்கு நம்மால் வாகனத்தில் செல்ல இயலவில்லை?

அது எப்படிச் செல்ல முடியும். அங்கே சாலையும் இல்லை மனிதர்களும் வாழ்வது இல்லையே மழைக்காலங்களில் அங்கே யாரும் செல்ல மாட்டார்கள் என்று நீங்கள் கூறினீர்களே என்றாள் கௌசிகா.

சரிதான் ஆனால் அந்த மலை மீது ஏற வேண்டுமென்றால் நடக்கத் தெரிந்திருக்கவேண்டும். நடக்கத் தெரிந்த மனிதனால் மட்டுமே மலையின் உச்சியை அடைய முடியும். அங்கே, நடக்கத் தெரிந்த நாய்களும் மலை ஏறுவதை நீங்கள் பார்த்திருப்பீர்கள். ஆனால் நடப்பதற்கும் ஒரு சிறிய பாதையாவது வேண்டும். உங்கள் ஊரில் இருப்பது போன்ற ஒத்தையடிப் பாதையாக இருந்தாலும் போதும்.

சிறுவர்கள் அனைவரும் குளத்தைச் சுற்றி நடந்து கொண்டு ஐயங்கள் எழுப்பியபோது

ஆனால் இது எதுவுமே இல்லாமல் நேராகப் பறந்து, செல்ல வேண்டிய இடத்தை அடையக்கூடிய திறமை இந்தப் பறவைகளுக்கு உள்ளது. பறக்கும் தொழில்நுட்பம் அவைகளிடம் உள்ளதால் அவை புவியில் உள்ள எந்த இடத்திற்கும் பறந்து செல்ல இயலும். உலகத்தில் உள்ள எல்லாப் பரப்புகளிலும் வாழக்கூடிய ஒரே உயிரினம் இந்தப் பறவை மட்டும் தான். மலையின் மேலே வாழ்கிறது, யாரும் போக முடியாத அடர்ந்த காடுகளில் வாழ்கின்றது, மனிதர்களுடன் நகரங்களில் வாழ்கிறது என அனைத்து இடங்களிலும் நாம் பறவைகளைப் பார்க்க முடியும்.

ஏன் இந்தப் பறவைகள் ஒவ்வொன்றும் வேறு வேறு விதமாக மாறின? அதற்கு என்ன காரணம், அதுதான் இப்பொழுது எனக்குப் புரியவில்லை என்றான் கௌதம்.

இந்தக் கிராமத்தில் சிருஷ்டிகாவின் பாட்டி இருக்கிறார். அவர் முன்பு ஈரோடு செல்ல வேண்டும் என்றால் இந்தக் கிராமத்தில் இருந்து மூன்று கிலோமீட்டர் நடந்து சரணாலயத்தைத் தாண்டி பேருந்து நிலையத்தை அடைய வேண்டும். அங்கிருந்து பேருந்தைப் பிடித்து ஈரோடு நகரத்திற்குச் செல்ல வேண்டும். ஆனால் இன்று உன்னுடைய அத்தை இரு சக்கர வாகனம் வைத்துள்ளார். அவர் மூன்று கிலோ மீட்டர் நடப்பதில்லை. அதற்குப் பதிலாக இரு சக்கர வாகனம் எப்படி ஓட்ட வேண்டும் என்று கற்றுக் கொண்டு விட்டார்.

கௌசிகாவும் சிருஷ்டிகாவும் ஒருநாள்கூட இந்தக் கிராமத்தில் இருந்து மூன்று கிலோமீட்டர் நடந்து பேருந்தைப் பிடிக்க அவர்கள் சென்றதே இல்லை. இன்னும் அவர்களது சந்ததிகள் வரும்போது எப்படி நடப்பது என்று அவர்கள் மறந்தே போவார்கள் என்று நினைக்கிறேன் அப்படித்தானே என்றார். அதைக் கேட்டு அனைவரும் சிரித்தனர். நாம் கதைக்கு வருவோம். இப்படியாகப் புவியின் பல பகுதிகளில் தனது வாழ்விடத்தைப் பறவைகள் அமைத்தன. சில பறவைகள் ஒரே இடத்தில் வாழ்வதற்குப் பிடிக்காமல் ஆறு மாதங்களுக்கு ஒருமுறை தனது இடத்தை மாற்றிக் கொண்டே இருந்தன. இவ்வாறு மாற்றுவதால் அவைகள் நீண்டதூரம் பயணிக்க வேண்டிய கட்டாயத்திற்கு உள்ளாகியது.

இவை எந்த வித சிரமமும் இல்லாமல் நீண்ட தூரம் பறக்கும் திறமை பெற்றவை. சில பறவைகள் நாம் தூரம் எல்லாம் செல்ல வேண்டாம் இருக்கும் இடத்திலேயே

சுற்றியுள்ள விலங்குகளையோ மனிதர்களையோ சார்ந்து வாழலாம் என்று முடிவு செய்தன. அந்தப் பறவைகள் தான் நாம் அன்றாடம் காணும் சிட்டுக் குருவியும் காகமும். சில பறவைகள் எப்படியாவது மிகவும் சுவையுள்ள உணவை சுவைத்து விட வேண்டும் என்று முடிவு செய்தன. அதனால் பூவில் இருக்கும் தேனை எடுக்க வேண்டிய தொழில்நுட்பத்தைக் கற்கத் தொடங்கின. அந்தப் பறவைகள் தான் ரீங்காரப் பறவைகள். இவை பறந்துகொண்டே நிற்கும் திறன் பெற்றவை. பூவிலுள்ள தேனை மிகவும் இலகுவாக எடுக்கக்கூடிய கைதேர்ந்த வல்லுனர்கள்.

சில பறவைகள் கீழே வந்தால் விலங்குகள் மற்றும் சில பறவைகளின் தொல்லை எப்பொழுதும் இருக்கிறது என்று முடிவு செய்து மிக உயரமான இடத்திற்குப் பறந்து சுற்றுலா போய்வரும். கூறினால் நம்பமாட்டீர்கள் அவை இமயமலையில் உள்ள எவரெஸ்ட் மலையின் உயரம் கூடப் பறக்கும் திறன் பெற்றவை. தனியாகக் கூடுகட்ட தெரியாமல் வாழும் குருவியும் உண்டு மிக அழகாகத் தொங்கும் கூட்டை வடிவமைக்கும் தூக்கணாங்குருவியும் உண்டு.

எல்லாப் பறவைகளும் தான் கற்ற பறக்கும் திறனை மறக்காமல் இருந்தனவா ? என்றான் கோகுல்.

இந்தக் கால ஓட்டத்தில் சில பறவைகள் தான் பறவை என்பதையே மறந்து போனவையும் உண்டு. சில பறவைகள் நான்கு பக்கமும் நீரால் சூழப்பட்ட தீவை அடைந்தன. அங்கே போதிய அளவு உணவு அவைகளுக்குக் கிடைத்தது. அதனால் அந்தத் தீவை விட்டு எங்கேயும் போக வேண்டிய அவசியம் அவைகளுக்கு ஏற்படவில்லை. வேண்டிய அளவு உணவை சாப்பிட்டு விட்டு அங்கேயே சுகமாகக் காலம் தள்ளின. காலம் செல்லச்செல்ல அவர்களுடைய சந்ததிகள், தான் ஒரு பறவை இனத்தைச் சார்ந்தவன் என்பதை மறந்து நடக்கவும் ஓடவும் மட்டும் செய்தன.

அதற்கு ஒரு சிறந்த உதாரணம் நெருப்புக்கோழி. இந்த நெருப்புக்கோழி தனது இறக்கையை மாற்றி மாற்றி இப்பொழுது அது பறவை போல் பறக்க இயலாமல், மணிக்கு 50 கிலோ மீட்டர் வேகத்திற்கு மேலாக ஓடக்கூடிய ஒரு பறவை இனமாக மாறிவிட்டது. அதிவேகமாக ஓடும் பொழுது தடையை ஏற்படுத்தி நிறுத்துவதற்கு அதன் இறக்கையை இலகுவாகப் பயன்படுத்துகிறது. வாத்து கோழி, ஈமு கோழி போன்றவற்றையும்

இந்த வகையில் சேர்த்துக்கொள்ளலாம். அதேபோல் பென்குயின் ஒரு காலத்தில் பறவையாக இருந்தது. ஆனால் அதற்கு நீரில் இருக்கும் இரையை சாப்பிடுவதற்கு மிகுந்த ஆசை வந்து விட்டது. அதனால் இறக்கையைப் பறப்பதற்குப் பயன்படுத்த வேண்டுமா? அல்லது நீந்துவதற்குப் பயன்படுத்த வேண்டுமா? என்று குழப்பம் உருவாகியது.

காலம் செல்ல செல்ல பறப்பதை விட வேகமாக நீந்தினால் தான் மீனை பிடிக்க முடியும் என்ற முடிவுக்கு வந்து, பறப்பதை நிறுத்திவிட்டு மிக வேகமாக நீரில் நீந்துவதற்கு உதவக்கூடிய இறக்கையாக மாற்றிக்கொண்டது. எப்படி இறக்கைகள் காற்றைத் தள்ளி பயணிக்க உதவுகின்றனவோ, அதேபோல் தண்ணியைத் தள்ளும் துடுப்பு போல் பயன்பட்டுத் தண்ணீரில் பயணப்பட உதவுகின்றன. குளிரில் வாழும் பறவைகள், வெப்பப் பகுதியிலேயே வாழும் பறவைகள், குளிர் வந்தால் இதமான கால நிலையை நோக்கி பயணப்படும் பறவைகள், உயரமான கட்டிடங்களில் தஞ்சமடையும் பறவைகள், காட்டிலேயே பறக்கும் பறவைகள் எனப் பல வகையாகப் பிரிந்து நிறையப் பறவை இனங்கள் உள்ளன.

தான் ஒரு பறவை என்று தெரிந்தும் பறக்க தெரியாமல் போன ஒரு பறவை உங்கள் மாடுகள் கட்டப்படும் பண்ணையில் உள்ளது அதைப் பற்றித் தெரியுமா ? என்ன என்று ஆச்சரியமாக யோசித்தார்கள்.

மனிதர்கள் முட்டைக்காகவும் உணவிற்காகவும் வளர்க்கும் கோழிகள் தான். நீங்கள் வளர்க்கும் நாட்டு கோழி தன் எடையைக் கூட்டாமல் இன்னும் சிறகடித்துப் பறந்து சிறிது தூரம் பறக்க கூடிய வல்லமை பெற்றுள்ளது. ஆனால் இதிலிருந்து நாம் உருவாக்கிய பிராய்லர் கோழிகள், எப்பொழுதும் கூண்டில் அடைத்து வைக்கப்பட்டு முட்டை போடுவதற்கும் மற்றும் இறைச்சிக்காகவும் என்று மனிதனால் ஏற்படுத்தப்பட்ட கட்டுப்பாடுகளால் தான் ஒரு பறவை என்பதை மறந்து விட்டது. நீங்கள் அதை வெளியே எடுத்து விட்டாலும் அவைகளுக்குப் பறக்கத் தெரியாது. இன்னும் எடை அதிகமான பிராய்லர் கோழிகளுக்கு ஓட கூடத் தெரியாது.

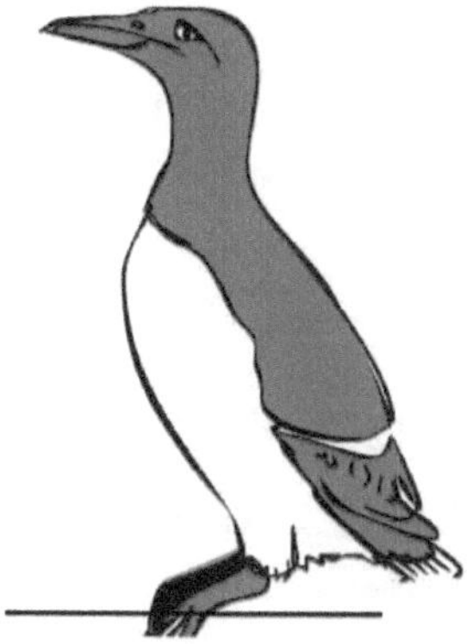

3

என்னால் பறக்க முடியுமா?

பல பறவைகள் எப்படித் தனது வாழும் சூழ்நிலைக்கு ஏற்ப பறக்கின்றன என்று கூறினீர்கள். ஏன் என்னாலும் எனது ஆட்டுக்குட்டியாலும் பறக்க முடியவில்லை? என்று விளக்க முடியுமா என்றாள் சிருஷ்டிகா.

ஒரு பொருள் எப்போது பறக்கும் உங்களுக்குப் புரிந்ததைக் கூறுங்கள் பார்க்கலாம். இது என்ன பெரிய விஷயம் காற்று அடிக்கும்போது பொருள் பறக்கும்.

அதைத்தான் நான் எப்பொழுதும் பார்க்கிறேன் என்றான் கௌதம். ஆனால் காற்றில் ஏன் இந்தக் கல் பறப்பதில்லை? ஏன் நாம் பறப்பதில்லை? என்றாள் கௌசிகா.

நமக்கு எடை அதிகம், அதனால் காற்றால் தூக்கிக் கொண்டு செல்ல முடியவில்லை என்று நினைக்கிறேன் என்றான் கோகுல்.

காற்று வேகமாக அடித்ததால் பறந்து போய் விழுந்த கூரையையும் முறிந்து விழுந்த முருங்கை மரங்களையும் காணும்போது

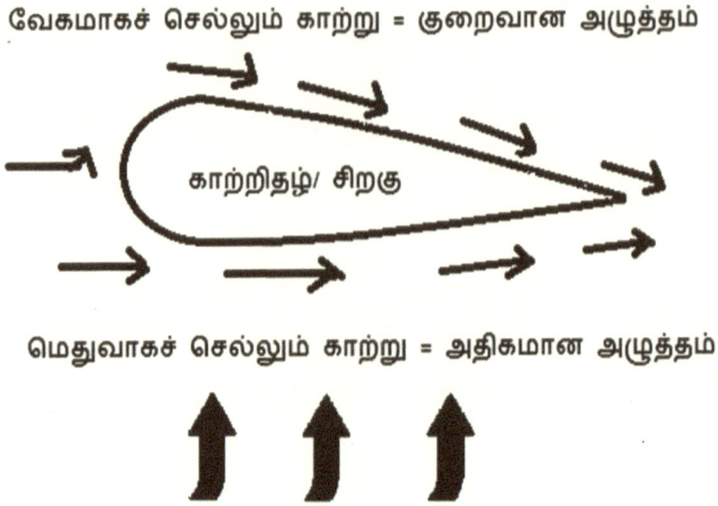

காற்றிதழ்/ காற்றிலை

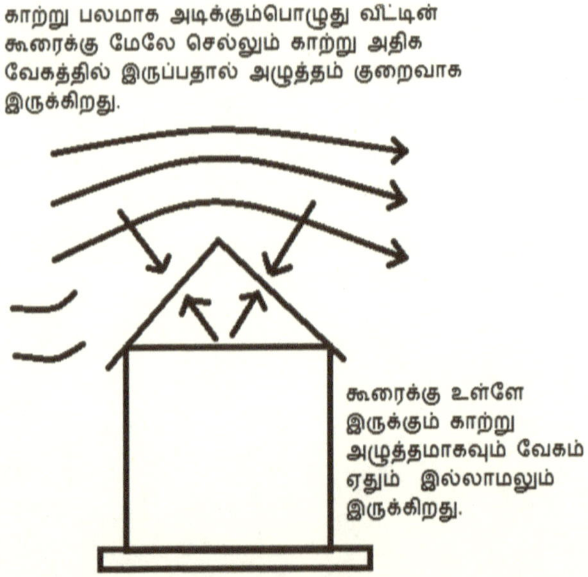

அழுத்த வேறுபாட்டால் பறக்கும் வீட்டின் கூரை

ஆனால் கடந்த வாரம் அடித்த காற்றில் எங்கள் கட்டுத்தரையின் கூரை பறந்து போய்விட்டது. அவ்வளவு பெரிய கூரை எப்படிப் பறந்து போகும்.

அது நம்மை விடப் பல மடங்கு எடை உயர்ந்ததாக இருந்தது என்று தனது ஐயத்தை எழுப்பினாள் கௌசிகா.

ஒரு பொருள் எப்போது பறக்கும் என்பதைப் புரிந்து கொள்ள நீங்கள் காற்றிதழ்/ காற்றிலை என்பதை முதலில் புரிந்து கொள்ள வேண்டும்.

உங்கள் இருவருக்கும் நான் ஒரு போட்டி வைக்கிறேன். ஒருவர் நேராக நேர்கோட்டில் சென்று அங்கு இருக்கும் மரத்தை அடையவேண்டும் மற்றொருவர் வளைந்து அதிகத் தூரம் சென்று அந்த மரத்தை அடைய வேண்டும். ஆனால் இருவரும் ஒரே நேரத்தில் தான் மரத்தை அடைய வேண்டும் என்றால் யார் வேகமாக நடப்பீர்கள்?

யார் அதிகத் தூரம் செல்ல வேண்டுமோ அவர்கள் வேகமாக நடந்தால் தான் குறைவான தூரம் செல்பவரை பிடிக்க முடியும் என்றான் கௌதம்.

இந்தத் தொழில்நுட்பம்தான் காற்றிதழில் நடைபெறுகிறது. காற்றிதழ் என்பது ஒருபுறம் தடித்தும் மற்றொருபுறம் கூர்மையாகவும் இருக்கும் ஓர் அமைப்பாகும். இதில் கீழ்ப்பகுதி ஏறத்தாழ நேர் நேர்கோட்டிலும் மேல்பகுதி வளைந்தும் காணப்படும். அதாவது இடது புறத்தில் இருந்து வலது புறம் செல்வதற்குக் கீழே குறைந்த தூரமும் மேலே அதிகத் தூரமும் செல்ல வேண்டும்.

இப்பொழுது இந்தக் காற்றிதழ் காற்றடிக்கும் திசையில் வைக்கும் பொழுது மேலே செல்லும் காற்று அதிகத் தூரம் கடந்து அடையவேண்டிய இடத்தை அடைவதால், வேகம் அதிகமாகவும் காற்றின் கீழ்ப்பகுதியில் செல்லும் காற்று மெதுவாகவும் சென்று இரண்டும் ஒரே நேரத்தில் வலது பக்கத்தை அடைகின்றன. இதனால் என்ன நடக்கிறது என்றால் காற்று அதிக வேகமாகப் போகும் பொழுது அங்கே காற்றின் அழுத்தம் குறைகிறது. அதாவது வேகமும் அழுத்தமும் எதிர் விகிதத்தில் செயல்படும்.

அழுத்த வேறுபாட்டை உருவாக்கும்போது
ஒட்டிக்கொள்ளும் பலூன்கள்

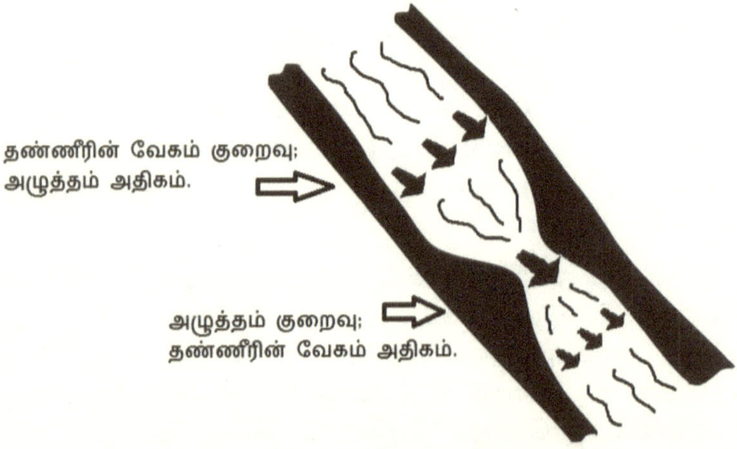

கால்வாயில் தண்ணீர் பாயும் பொழுது ஏற்படும் அழுத்த
வேறுபாடுகள்

இதைப் புரிந்து கொள்ள இரண்டு பலூன்களைச் சிறிது இடைவெளியில் கட்டி தொங்க விடுங்கள். அதற்கு இடையில் ஒரு சிறிய குழாய்க் கொண்டு காற்றை ஊதுங்கள். அப்போது இரண்டுக்கும் இடையில் உள்ள காற்று அதிக வேகத்தில் ஊதப் படுவதால் அங்கே அழுத்தம் குறைகிறது. அழுத்தம் குறைவதால் மற்ற பகுதியில் உள்ள காற்று அங்கே வர முயற்சிக்கும். அது

கோழி போல் ஆட்டுக்குட்டி ஏன் பறக்க முடியவில்லை என்ற கேள்விக்கு விடை தேடிய போது

இந்த இரண்டு பலூன்களையும் அருகே வர வைக்கும். இதே போல் ஒரு காகிதத்தைக் கீழ்நோக்கி தொங்கவிட்டு அதன் மேல்புறத்தில் காற்றை ஊதினால் அழுத்த வேறுபாடு ஏற்படுவதன் மூலம் காகிதம் மேல் நோக்கி வருவதைக் காணலாம்.

இப்போது காற்றிதழில் மேலே அழுத்தம் குறைவு கீழே அழுத்தம் அதிகம் என்பதை நீங்கள் புரிந்து கொண்டீர்கள்.

இந்த அழுத்த வேறுபாட்டிற்கும் கூரைகள் பறப்பதற்கும் என்ன சம்பந்தம் இருக்கிறது மாமா என்றாள் கௌசிகா.

சம்பந்தம் இருக்கிறது. வேகமான காற்று அடிக்கும் பொழுது வீட்டின் கூரைக்கு உள்ளே இருக்கும் காற்று எப்பொழுதும் போலச் சாதாரண அழுத்தத்தில் இருக்கும். ஆனால் வீட்டின் கூரைக்கு மேற்பரப்பில் காற்று வேகமாக நகர்ந்ததால் அழுத்தம் குறையும். உள்ளே இருக்கும் காற்று வெளியே இருக்கும் காற்றுடன் கலக்க முயற்சிக்கும்.

காற்று அழுத்தம் அதிகமாகக் கூரையின் உள்ளே இருக்கும் காற்று, அழுத்தம் குறைந்த கூரையின் மேல் இருக்கும் காற்றை நோக்கி செல்ல முயற்சிக்கும். அப்போது அது கூரையும் சேர்ந்து தள்ளிக் கொண்டு செல்லும். இந்த அழுத்த வேறு பாட்டால் கூரை பறந்து செல்வதை நீங்கள் பார்த்திருக்கிறீர்கள். இதைப் புரிந்துகொள்ளச் சைக்கிள் டயரில் ஏதாவது ஓட்டை விழுந்து விட்டால் சக்கரத்தில் உள்ள காற்று, அதிக அழுத்தத்தில் இருப்பதால் அது குறைந்த அழுத்தத்தில் உள்ள நமது வளிமண்டலத்தை நோக்கி வெளியே வருகிறது. இது அழுத்த வேறுபாட்டினால் தான் நடைபெறுகிறது. இதேபோன்று அழுத்த வேறுபாடு நடைபெறும் முக்கியமான ஒரு பொருள் உங்கள் சமையல் அறையில் இருக்கிறது அது என்ன என்று கூற முடியுமா ?

சமையலறையில் அழுத்த வேறுபாடு கருவியா ? ஆச்சரியமாக இருக்கிறதே என்ன என்று தெரியவில்லை என்று அனைவரும் பேந்த பேந்த முழித்தனர். நீங்கள் சமையல் செய்ய உபயோகிக்கும் பிரஷர் குக்கர் எனப்படும் அழுத்த கலன் இந்தத் தத்துவத்தில் தான் வேலை செய்கிறது. அதில் உள்ளே நீர் ஊற்றப்படுகிறது. வெப்பம் அதிகரிக்கும் போது இது நீராவியாக

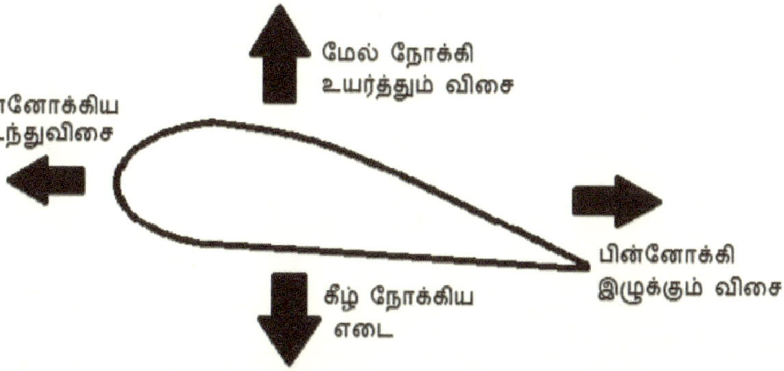

காற்று இதழில் உருவாகும் முன் நோக்கு விசை, பின் இழுக்கும் விசை, தூக்கு விசை

மாறுகிறது. பின்னர் அரிசி வெந்தவுடன் நீராவியின் அழுத்தம் அதிகரித்து அரிசி வெந்து விட்டது என்பதை நமக்குத் தெளிவு படுத்துவதற்காகக் குக்கரின் மேலே போடப்பட்டுள்ள சிறு துவாரத்தின் வழியாகத் தனது அழுத்தத்தைத் தெரிவிக்கிறது. அதற்காகத்தான் சிறிய எடை போன்ற பொருளை நாம் வைத்துள்ளோம்.

அழுத்தம் அதிகரிக்கும் பொழுது, அழுத்த கலனில் உள்ள நீராவி அந்த எடையைத் தூக்குகிறது. எடையைத் தூக்கி விட்டு அதிகச் சத்தத்தில் வெளியே வருகின்றது. அதைத்தான் நாம் விசில் அடிக்கிறது என்று கூறுகிறோம்.

எத்தனை விசில் வந்தால் சோறு வெந்து விடும் என்று உங்களுக்குத் தெரியுமா? மூன்று முறை வைக்கவேண்டும் என்று என் அம்மா கூறினாள் மாமா என்றாள் கௌசிகா.

சரியே வைக்கப்படும் பொருளுக்கு ஏற்ப எத்தனை விசில் வரவேண்டும் என்பது மாறுபடும். இந்தக் காற்றிதழ் அமைப்பை உருவாக்கி தான் பெரிய விமானங்கள் பறக்கின்றன. பறவையின் இறக்கை இந்த அமைப்பை ஒத்துள்ளது அதனால்தான் பறவையால் பறக்க முடிகிறது நம்மால் பறக்க முடியவில்லை.

அழுத்த வேறுபாட்டால் காற்றிதழில் ஏற்படும் விசைகளைப் பற்றிப் பார்ப்போம். உந்துவிசை முன்னோக்கியும், இழுக்கும் விசை பின்னோக்கியும் இருக்கும். அதே போல் காற்றின் எடை

கீழ்நோக்கியும், தூக்கும் விசை மேல் நோக்கியும் இருக்கும். இந்த நான்கு விசைகளின் கூட்டுத்தொகை ஒரு சமநிலையில் இருக்கும். தூக்கும் விசையை அதிகரிக்க வேண்டுமென்றால், காற்று இதழுக்கும் பாய்ந்து வரும் காற்றுக்கும் இடையே உள்ள சாய்வுக் கோணத்தை அதிகரிக்க வேண்டும். ஆனால் இந்தக் கோணம் ஒரு குறிப்பிட்ட அளவுதான் அதிகரிக்க முடியும். ஓர் அளவிற்கு மேல் அதிகரிக்கும் பொழுது காற்றின் போக்கு தடைபட்டு அழுத்த வேறுபாடுகள் இல்லாமல் ஆகிவிடும்.

4
பறவை எப்படிக் கிளம்பும்?

நீங்கள் கூறியதை ஆலோசித்துப் பார்த்தேன். மிதி வண்டி ஓட்டும் பொழுது எப்படி இருக்கும் என்பதைப் பற்றிக் கூறுகிறீர்கள். ஆனால் எனக்குப் பிரச்சனையே மிதிவண்டியை கிளப்பும் போதும் அதை நிறுத்தும் போதும் தான். அதைக் கற்றுக்கொள்ள இரண்டு வருடம் படாதபாடு பட்டேன். பறவை பறக்கும் பொழுது நீங்கள் கூறிய அழுத்த வேறுபாடுகள் ஓரளவு புரிந்தது. ஆனால் பறவை எப்படிக் கிளம்புகிறது என்ற கேள்விக்கு அதில் பதில் இல்லையே என்றான் கௌதம்.

தனது பயணத்தை எப்படிப் பறவை துவங்குகிறது என்பதைப் பற்றி இதுவரை கூறவில்லை. அழுத்த வேறுபாடு இருந்தால் மட்டுமே ஒரு பொருளை மேல் நோக்கி உந்த முடியும் என்பதைக் கூறினேன். இதைப் பல வகைகளில் பறவைகள் உருவாக்குகின்றன. பறவையின் இறக்கை, அதன் எடை, பறவையின் தன்மையைப் பொறுத்து இது வேறுபடும். அங்கே நிற்கும் புறா எப்படிப் பறக்கிறது என்று உன்னிப்பாகக் கவனியுங்கள்.

பறவை சிறகு அடிப்பதால் ஏற்படும் அழுத்த வேறுபாடு

அந்தப் புறா எத்தனை முறை தனது இறக்கை அடித்தது என்பதை உங்களால் கவனிக்க முடிந்ததா?. இல்லை என்றனர் அனைவரும். சாதாரணக் கண்களால் நம்மால் அதைக் கண்டுபிடிக்க முடியாது. ஏனென்றால் அதன் சிறகடிக்கும் வேகம் மிக அதிகம்.

ஓர் இடத்தில் இருந்து கிளம்பும் பொழுதும், பறவை தனது பயணத்தைத் தொடங்குவதற்கு இந்த அழுத்த வேறுபாட்டை உருவாக்க வேண்டும். அதற்குச் சிறகடித்தல் என்ற செயலைப் பயன்படுத்துகிறது. அதாவது தனது உடலை சுற்றியுள்ள காற்றை இறக்கை மூலம் மேலிருந்து கீழ் நோக்கி தள்ளும். அதன் மூலம்

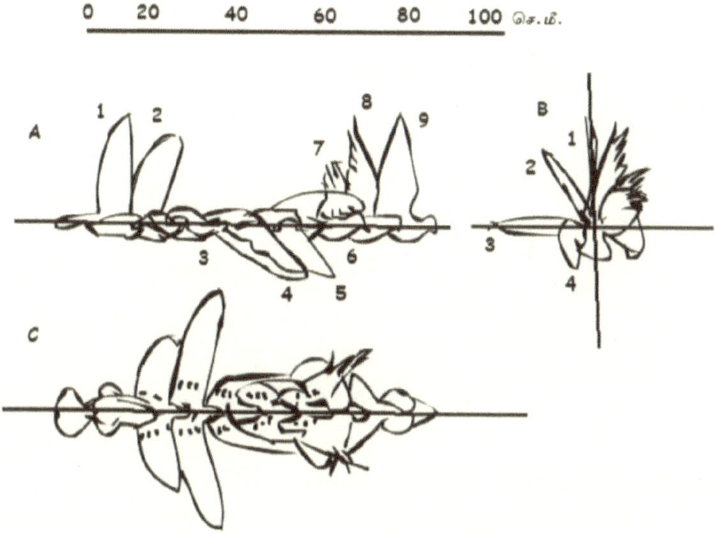

சிறகு அடிக்கும் பொழுது, மேலிருந்து கீழ்நோக்கி வந்து மீண்டும் மேல் நோக்கி செல்லும் (9-3-1), இறக்கையின் செயல்

இறக்கைக்குக் கீழே உள்ள காற்று அழுத்தம் அதிகமாகவும் அதன் மேலே உள்ள காற்று அழுத்தம் குறைவாகவும் இருக்குமாறு மாற்றுகிறது. அதனால் இந்த அழுத்த வேறுபாடு, ஓர் உந்து சக்தியை கொடுத்து பறவையை மேல்நோக்கித் தள்ளுகிறது.

சிறகடிக்கும் வேகம் பறவைகளுக்குப் பறவை மாறுபடும். இங்கே நீங்கள் பார்த்த புறா ஒரு வினாடியில் 5 முறை தனது சிறகை அடித்து மேலே கிளம்புகிறது. பறவைகளின் சிறகு அடிக்கும் வேகம் ஒரு வினாடியில் 3 முதல் 40 வரை என வேறுபடும். ரீங்காரப் பறவைகள் அதிவேகமாகச் சிறகடிக்கும் திறனை கொண்டுள்ளவை. பொதுவாகப் பறவை கிளம்பும்போது சிறகடிக்கும் வேகம் அது பறப்பதை காட்டிலும் அதிகமாக இருப்பதை நீங்கள் கவனிக்கலாம்.

நீங்கள் கூறுவதில் ஒரு சிறு குழப்பம் வருகிறதே பறவை தனது இறக்கையை மேலிருந்து கீழ் நோக்கி கொண்டு வரும் போது கீழ் பகுதியில் அழுத்தம் அதிகரிக்கும். அதேபோல்

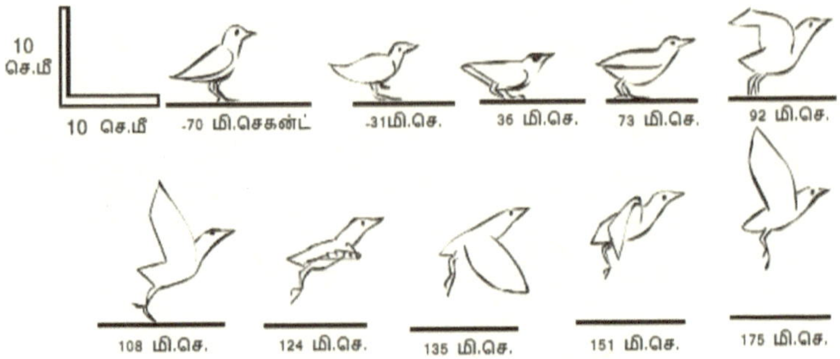

புறா சிறகடிக்கும் வேகம்

இறக்கை கீழிருந்து மேலே செல்லும் பொழுது மேல் பகுதியில் அழுத்தம் அதிகரிக்கும். அது பறவையைக் கீழ்நோக்கி அல்லவா தள்ளும் என்றாள் கௌசிகா.

இது ஓர் உன்னிப்பான புரிதல். அதற்காக உன்னை நான் பாராட்டுகிறேன். பறவை மேலிருந்து கீழே இறக்கைகளைக் கொண்டு வரும் பொழுது, தனது இறக்கையை முடிந்த வரை நேராக வைத்து அதனால் முடிந்த அதிகப் பரப்பளவை உருவாக்கி, காற்றைக் கீழே தள்ளும். ஆனால் கீழிருந்து மேலே கொண்டு செல்லும் பொழுது இறக்கையைக் குறுக்கிக்கொண்டு மிகக் குறைந்த இடத்தில் மேல் நோக்கி செல்லும். அதனால் பறவை மேலே ஏற்படும் அழுத்த வேறுபாடு கீழே உருவாக்கும் அழுத்த வேறுபாட்டைக் காட்டிலும் மிகக் குறைவாக இருக்குமாறு, தனது இறக்கை அடிக்கும் தொழில்நுட்பத்தைச் செயல்படுத்துகிறது. அதனால்தான் இறக்கை அடித்தவுடன் அழுத்த வேறுபாட்டை உருவாக்கி ஓர் இடத்தில் இருந்து பறவையால் கிளம்ப முடிகிறது. அதே நேரத்தில் தன்னுடைய முன் நோக்கிய பயணத்திற்குத் தேவையான முன்னோக்கு விசையையும் உருவாக்குகிறது.

முதலில் சைக்கிள் ஓட்ட பழகும் பொழுது யாராவது பிடித்துக் கொண்டு உங்களை விட்டு விடுவார்கள். ஓடிக்கொண்டிருக்கும் மிதி வண்டியை ஓட்டுவது மிகச் சுலபமாக இருந்தது. ஆனால் அதைத் தொடங்கவும் பின்னே

சரியான இடத்தில் நிறுத்தவும். உங்களுக்குச் சிரமம் இருந்தது அல்லவா ? ஆம் என்றனர் அனைவரும். அதேபோல் இந்தச் சிறகடிக்கும் கலையை மிகத்துல்லியமாகக் கற்றுக் கொண்ட பறவை இனம், தான் இறங்க வேண்டிய இடத்திற்கு மிகச்சரியாக இறங்கும். மற்ற பறவை இனங்கள் அதற்காகச் சிரமப்படும்.

எல்லாப் பறவையும் சிறகு அடித்துத் தான் இந்த அழுத்த வேறுபாட்டை உருவாக்குகின்றனவா? எங்கள் ஊரில் பறக்கும் பருந்து சிறகு அடிக்காமல் செல்வதை நான் பார்த்திருக்கிறேன் என்றாள் சிருஷ்டிகா.

பறவைகள் பறப்பதக்கு மூன்று விதமான தொழில் நுட்பத்தைப் பயன்படுத்துகின்றன. முதலில் நான் கூறிய சிறகடித்துப் பறக்கும் பறவைகள். இந்தப் பறவைகள் எப்பொழுதும் சிறகை அடித்துக் கொண்டு மட்டுமே பறக்கும். பறந்து கொண்டிருக்கும் போதும் மீண்டும் தரையை வந்து அடைவதற்கும் இந்தச் சிறகு அடித்தல் என்ற செயல் தொடர்ந்து நடந்து கொண்டே இருக்கும். அதற்கு மிகச்சிறந்த உதாரணங்கள் நாம் அன்றாடம் பார்க்கும் காகம், புறா, சிட்டுக்குருவி ஆகியவை. பூவிலிருந்து தேனை எடுக்கும் பறவையும் இந்த வகையைச் சேர்ந்தது. பொதுவாக இந்தப் பறவைகள் சிறிய தூரம் மட்டுமே பறக்கக் கூடிய பறவைகள்.

அடுத்த வகைப் பறவைகள் மிதக்கும் பறவைகள் என்றழைக்கப்படுகின்றன. இவை நீண்ட தூர பயணத்திற்குத் தன்னைப் பழக்கப்படுத்திக் கொண்டவை. அதிகமுறை நின்று கிளம்பாது. உங்கள் ஊரில் உள்ள நகரப் பேருந்தையும் மாநிலம் விட்டு மாநிலம் போகும் தொலைதூர பேருந்தையும் கற்பனை செய்து கொள்ளுங்கள். நகரப்பேருந்து ஒவ்வொரு ஒரு கிலோ மீட்டருக்கும் ஒரு முறை நின்று நின்று செல்கிறது. தொலை தூரம் செல்லும் பேருந்து பல நூறு கிலோமீட்டர்கள் நிற்காமல் செல்கிறது. அதுபோல் இந்த மிதக்கும் பறவைகள் தனது சிறகடிக்கும் செயலை குறைவாகச் செய்யும். ஆனால் பிரச்சனை என்னவென்றால் இறக்கையின் நீளம் அதிகமாக இருப்பதாலும் வேகமாகச் சிறகடிக்கும் தொழில்நுட்பத்தைக் கற்றுக் கொள்ளாததாலும் கிளம்பும்போது அவைகளுக்குச் சிரமம்

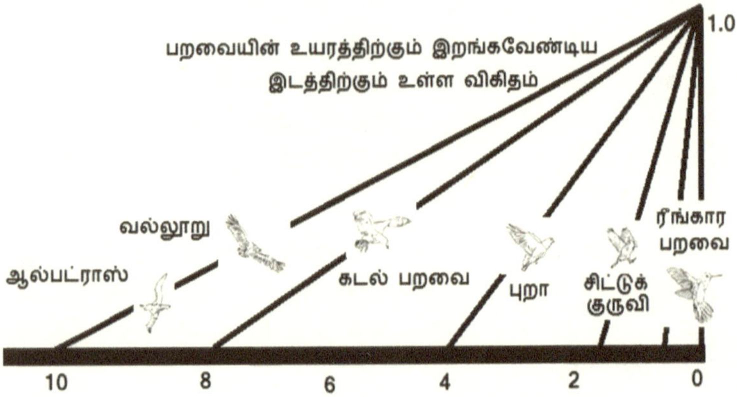

பறவையின் வகைகளும் அவை இறங்குவதற்குத் தேவைப்படும் தூரமும்

இருக்கும். அதனால் தான் நிற்கும் இடத்தில் இருந்து சிறிது தூரம் ஓடி அதன் இறகுகளில் ஒரு காற்றழுத்தத்தை உருவாக்கி, மேலும் மேலே கிளம்புவதற்குத் தேவையான காற்றழுத்தத்தைச் சிறகு அடிப்பதன் மூலம் உருவாக்கி அவை தனது பயணத்தைத் தொடங்குகின்றன. இதற்கு ஒரு சிறந்த எடுத்துக்காட்டுக் கடற்பறவைகள்.

மூன்றாவது வகைப் பறவைகள் தேவைப்படும் பொழுது சிறகை அடிக்கும் தேவை இல்லாத பொழுது மிதக்கும். காற்றின் வேகத்தைப் பொறுத்துச் சிறகை அடிக்கலாமா வேண்டாமா என்று முடிவு செய்து கொள்ளும். ஆந்தை, மரங்கொத்தி போன்ற பறவைகள் இந்த வகையைச் சேர்ந்தவை. இந்த மூன்று வகைத் தொழில்நுட்பம் பறவைகளில் பொதுவாக உள்ளது.

ஒரு பறவை பறக்கும் பொழுது நீங்கள் மேலே கூறிய மூன்று வகைகளில் அது எந்த வகையைச் சார்ந்தது என்பதை எப்படிக் கண்டுபிடிக்க முடியும் என்றான் கௌதம்

சிறகடிக்கும் பறவைகள் பறக்கும் நேரத்தில் 80 விழுக்காட்டுக்கு அதிகமான நேரம் சிறகை அடித்துக் கொண்டுதான் இருக்கும். மிதக்கும் பறவைகள் 20 விழுக்காடு நேரம் மட்டுமே

சிறகடிப்பதை வழக்கமாகக் கொண்டுள்ளன. சிறகடித்தும் மிதந்தும் செல்லும் பறவைகள் நாற்பதில் இருந்து ஐம்பது விழுக்காடு நேரம் சிறகடிக்கின்றன.

சிறகடிக்கும் பறவைகளுக்கு மேலே பறந்து சென்று கொண்டிருக்கும் பொழுது எங்கே இறங்க வேண்டும் என்று முடிவு செய்தால் மிகக் குறைவான கிடைநிலை தூரம் போதுமானதாக இருக்கும். அதனால் தனது பாதையை மாற்றி உடனடியாக இறங்க வேண்டிய இடத்திற்குச் செல்லமுடியும். உதாரணத்திற்கு மேலே இருக்கும் இடத்தில் இருந்து நேராக மிகக் குறைந்த தூரத்திலேயே மரத்தின் கிளைகளை வந்தடைய சிட்டுக்குருவிக்குத் தெரியும். அதைவிட இரண்டு மடங்கு தூரத்தில் தான் புறாக்கள் வந்து இறங்க முடியும். அதுவே பருந்து வகைகளும், கழுகு வகைகளும், கடற் பறவையும் எடுத்துக் கொண்டால் அது சிட்டுக்குருவி இறங்க தேவைப்படும் தூரத்தை போல் பத்து மடங்கு தூரம் அவற்றிற்குத் தேவைப்படும். ஏனென்றால் அவை கீழே இறங்குவதற்கும் மேலே கிளம்புவதற்கும் சிறகடிக்கும் தொழில்நுட்பத்தை உபயோகிக்காமல் மிதக்கும் தொழில்நுட்பத்தை உபயோகிக்கின்றன.

5

இறகும் இறக்கைகளும்

பறவை பறப்பதற்கு இறக்கைகள் முக்கியப் பங்கு வகிக்கின்றன என்று கூறினீர்கள். பறவையின் இறக்கை எப்படி அழுத்த வேறுபாட்டை உருவாக்குகிறது என்றும் கூறினீர்கள். ஆனால் முதலில் நீங்கள் கூறிய காற்றிதழ் போன்ற தோற்றத்தை இந்தப் புறாவில் என்னால் பார்க்க முடியவில்லையே என்றான் கோகுல்.

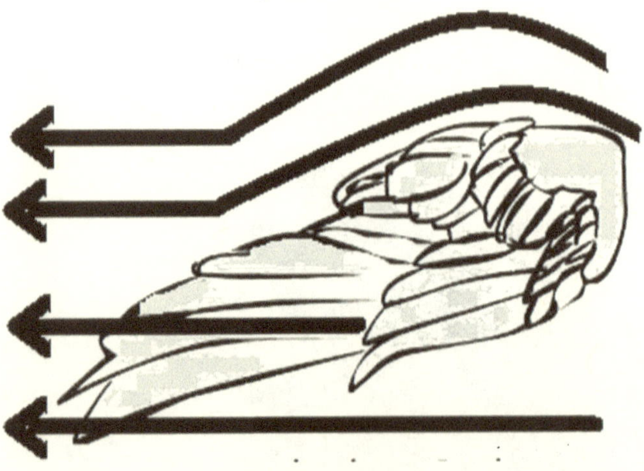

காற்றிதழ் வடிவிலுள்ள பறவையின் இறக்கை

முதலில் இறகு மற்றும் இறக்கைகள் என்றால் என்ன என்று பார்ப்போம். உனது தாத்தா காதில் ஒன்றை வைத்துக் கொண்டு குடைந்து கொண்டிருக்கிறார் அல்லவா அந்தச் சிறிய துண்டு தான் இறகு என்று கூறுகிறோம். அதுபோலப் பல இறகுகள் இறக்கையில் இருக்கும். குறைந்தது ஆயிரம் இறகுகள் முதல் 25,000 இறகுகள் வரை உள்ள பறவைகள் இருக்கின்றன. வானம்பாடிக்கு ஆயிரத்து 500 இறகுகளும், கழுகுக்கு ஐயாயிரத்தில் இருந்து 8000 இறகுகளும், வாத்திற்கு 12000 இறகுகளும், அன்னப்பறவை போன்றவற்றிற்கு 25,000 இறகுகளும் உள்ளன. இந்த இறக்கையைக் குறுக்குவெட்டுத் தோற்றத்தில் பார்த்தால் பறவையின் தலைப்பகுதியில் உள்ள இறக்கை தடிமனாகவும், வால் பகுதியை நோக்கிச் செல்லச் செல்ல அதன் குறுக்கு வெட்டுத் தோற்றம் கூர்மையாகவும் செல்லும். அது தான் முன்பு கூறிய காற்றிதழ் வடிவம்.

கோழியின் இறகுகளை ஆராய்ந்து அவை எப்படிப் பறக்கின்றன என்ற செய்முறையின் போது

இந்த வடிவத்தை உருவாக்குவதற்காக இறகுகள் பல வகைகளில் உள்ளன. சில இறகுகள் நீளம் அதிகமாகவும், சில இறகுகள் நீளம் குறைந்தும் காணப்படும். பறவையின் தன்மைக்கு ஏற்பவும் பயன்பாட்டிற்கு ஏற்பவும் இந்த இறகுகள் பல வகைப்படுகின்றன. அவற்றை, வால் இறகுகள், காப்பு இறகுகள், உணர்வுக்குப் பயன்படும் இறகுகள் எனப் பல வகைப்படுத்தலாம். அங்கே கீழே கிடக்கும் அந்த இறகை கொண்டு வா.

இந்த இறகின் நடுவில் ஒரு உறுதியான தண்டு போன்ற அமைப்பை பார்க்கலாம். அந்தத் தண்டை பொறுத்து இரண்டு

பக்கமும் சிறிய சிறிய நுண் எலும்புகளைப் பார்க்கலாம். தென்னங்கீற்றில் இருபுறமும் இலைகள் இருப்பது போல் சிறிதாக இருக்கும். இந்த நுண் எலும்புகளுக்கு இடையில் இறகு சிற்றிழை எனப்படும் சிறிய ஓட்டை உடைய முடி போன்ற அமைப்புகள் உள்ளன, இவை பறவையைப் பல வகைகளில் பாதுகாக்கின்றன. நடுப்பகுதியில் இரண்டு பக்கமும் சரியான அளவு இருக்கும் இறகை, வால் இறகுகள் என்று அழைக்கிறோம். இந்த இறகு பறவை பறக்கும் பொழுது வளைந்து நெளிந்து இறங்க வேண்டிய இடத்திற்குச் செல்வதில்

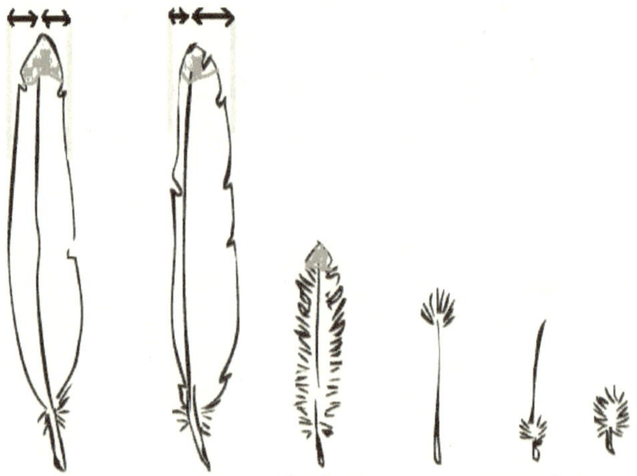

இறகின் வகைகள்

முக்கியப் பங்காற்றுகின்றன. இந்த இறகை வைத்து உடனடியாகத் தடுப்பு ஏற்படுத்தி அவற்றால் இறங்க முடியும்.

அதேபோல் இறகு தண்டின் ஒரு பக்கம் அதிகமாகவும் மறுபக்கம் குறைவாகவும் காணப்படும் இறகு பறக்க பயன்படுகிறது. இந்த இறகுகள் பறவை விரியும் பொழுது இந்த நடுப்பகுதியிலிருந்து குறைவாக உள்ள பகுதி உள்ளேயும் அதிகம் உள்ள பகுதி வெளியேயும் சென்று ஒரு வலுவான இறக்கை அமைப்பை உருவாக்குகிறது. இவை பறப்பதற்குப் பயன்படும் இறக்கைகள்.

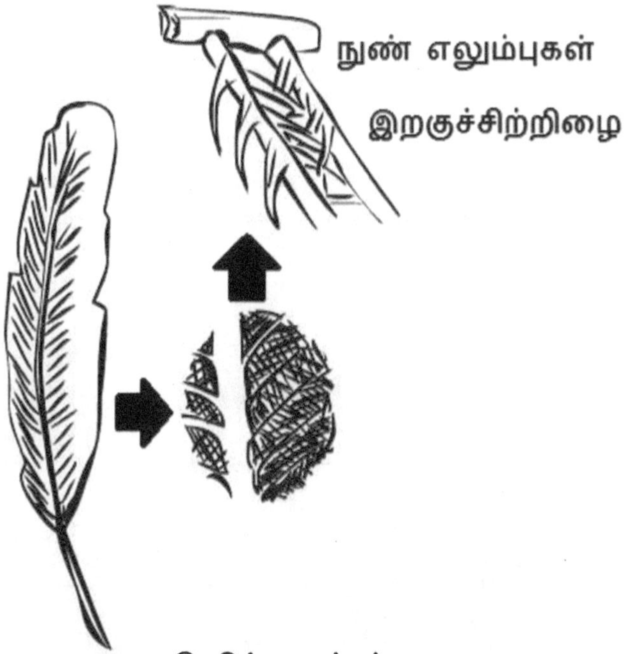

இறகின் பாகங்கள்

எனக்குத் தாகமாக இருக்கிறது வீட்டிற்குச் சென்று தண்ணீர் குடித்து விட்டு வருகிறேன். அதுவரை பறவை கதையை நிறுத்தி வையுங்கள் என்று வேகமாகச் சென்று தண்ணீர் குடித்து விட்டு வந்தாள் சிருஷ்டிகா. என்ன ஒரு வெயில் என்னால் இந்தச் சிறிது தூரம் கூட நடக்க முடியவில்லையே ! பறவைகள் வெயில் காலத்தில் வானத்தில் பறக்கும் பொழுது இந்த வெயிலில் இருந்து எப்படித் தன்னைப் பாதுகாக்கிறது என்ற ஐயத்தை எழுப்பினாள்.

வெயிலில் இருந்து தப்பித்துக் கொள்வதற்கும் பறவையின் இறக்கை உதவுகிறது. பறவையின் உடலை சுற்றி வெப்பத்திலிருந்து காப்பாற்றிக் கொள்ளக் கீழ் இறகு என்ற அமைப்பு உள்ளது. மேலும் இறகு சிற்றிழைகளும் காற்றைப் பறவையின் உடலுக்குள் செலுத்தி அவற்றின் வெப்பநிலையைப் பாதுகாப்பதில் முக்கியப் பங்கு வகிக்கின்றன.

பறவை பறந்து கொண்டிருக்கும் பொழுதும் இறகுகள் சரியாக விரிந்து உள்ளனவா பறக்க வேண்டிய நிலையில்தான் இருக்கின்றனவா என்பதை உன்னிப்பாகக் கவனித்துக்

கூறுவதற்கும் சில இறகுகள் இருக்கின்றன. நீ கண்ணை மூடிக்கொள் நான் உனது உடம்பில் எங்கே தொடுகிறேன் என்று கூற முடியுமா ? முடியுமே கண்ணை மூடிக்கொண்டாலும் யார் எங்கே தொடுகிறார்கள் என்று செய்தியை மூளைக்குக் கொண்டு செல்ல உடலுக்குள் தொடு நரம்புகள் இருக்கின்றன என்பது எனக்குத் தெரியுமே என்றான் கௌதம். அதேபோலச் சமிக்கைகளைக் கொண்டு செல்ல நுனியில் மட்டும் சிற்றிழை உள்ள இறகுகள் உள்ளன.

இதுமட்டுமல்லாமல் அழகுக்காகவும் தனது இனத்தைக் கவர்வதற்காகவும் பிரத்தியோக இறகுகளும் உள்ளன. நீங்கள் புறாவை உன்னிப்பாகக் கவனித்தால் அவற்றின் அழகு எனப்படும் வாய்க்கு அருகில் பூனைக்கு நீட்டிக் கொண்டிருப்பது

கண்களைக் காப்பாற்ற உதவும் நுண்ணியச் சிறகுகள்

போல் சில இறகுகளைக் காணமுடியும். அவை முடிகள் என்று கூறலாம். இது போன்ற அமைப்புப் பறவைகள் காற்றில் வேகமாகப் பறந்து கொண்டிருக்கும்போது சிறிய பூச்சிகள் அவற்றின் கண்ணில் விழாமல் இருப்பதற்கு உதவி செய்கின்றன. அதுமட்டுமில்லாமல் அதன் இரையைக் கவனித்துப் பிடிப்பதற்கும் இவை உதவி செய்கின்றன. சில பறவைகளுக்கு இறகுகள் தலையில் கொண்டை போல் இருப்பதைப்

தலையில் சிறகை கொண்டுள்ள வானம்பாடி

பார்க்கலாம் அவை பல தொடு உணர்வுகளைத் தெரிவிப்பதற்காக உள்ளன. பூனைக்கு இருக்கும் மீசையும் கரப்பான் பூச்சிக்கு இருக்கும் கம்பி போன்ற அமைப்பும் தொடு உணர்வு நரம்புகளாக வேலை செய்து மூளைக்குச் சமிக்கையை அனுப்புகின்றன.

பறவையின் உடலில் உருவாகும் புரதப் பொருட்கள் தான் இந்த இறகுகளாக மாறுகின்றன. எப்படி நமது கைகளில் நகங்களும் தலையில் முடியும் வளர்கின்றனவோ அதேபோல் இந்த இறகுகளுக்குப் பறவையின் உடலிலிருந்து ஆற்றல் கிடைக்கிறது. பறவை சிறியதாக இருக்கும்போது இருக்கும் இறகுகள் வளர வளர அவற்றிற்கு உகந்ததாக இருப்பதில்லை. எனவே குறிப்பிட்ட கால இடைவெளியில் பழைய இறகுகளை உதிர்த்து புதிய இறகுகளை உருவாக்கும் திறன் பெற்றுள்ளன.

அதனால்தான் நாம் காது குடைவதற்கு இறகு கிடைக்கிறதா என்று ஆச்சரியப்பட்டாள் சிருஷ்டிகா.

அதுமட்டுமில்லாமல் இந்த இறகை சுற்றியுள்ள சிற்றிழைகள் உடைந்து பொடியாக மாறி, ஒரு வழுவழுப்பான படலத்தை இறகுகளின் மீது உருவாக்குகின்றன. இதுபோன்ற இறகுகள் தண்ணீரில் மிதக்கும் பறவைகளுக்கு மிகவும் அவசியமானது. இந்த இறகை வைத்துக்கொண்டு அவற்றால் இலகுவாக மிதந்து செல்ல இயலும். வாத்து போன்ற பறவைகளில் இதைக் காணலாம். உலகிலேயே அதிக நீளம் கொண்ட இறக்கையைக் கொண்ட பறவை ஆல்பட்ரோஸ் எனப்படும் கடற் பறவை ஆகும். இந்தப் பறவை தனது இறக்கையை விரித்து வைத்தால் 12 அடிவரை இருக்கும் நீங்கள் இருவர் படுத்தாலும் அதைவிட அதன் இறக்கை பெரிதாக இருக்கும்.

நீ குழந்தையாக இருந்த பொழுது எப்பொழுது நடக்க ஆரம்பித்தாய் என்று தெரியுமா? எனக்குத் தெரியாது.

ஆனால் என் தங்கை சிருஷ்டிகா ஒரு வயதுக்குப் பிறகுதான் நடக்க ஆரம்பித்தாள். தவழ்ந்து தவழ்ந்து இரண்டு வயது ஆகும் பொழுது தான் நன்றாக நடக்க ஆரம்பித்தாள் என்று தனது தங்கையின் குழந்தைப் பருவ ஞாபகத்தைக் கூறினாள் கௌசிகா.

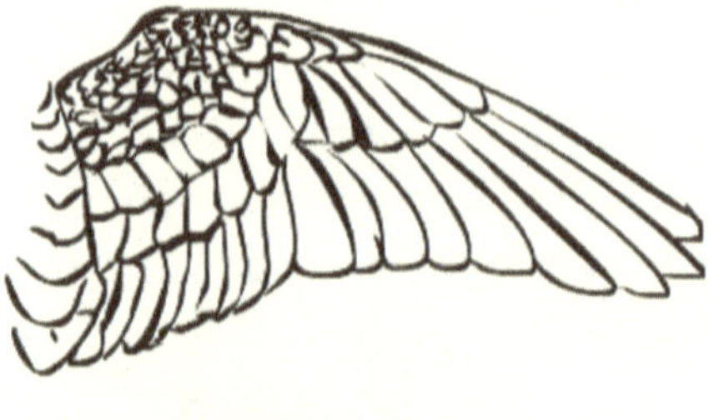

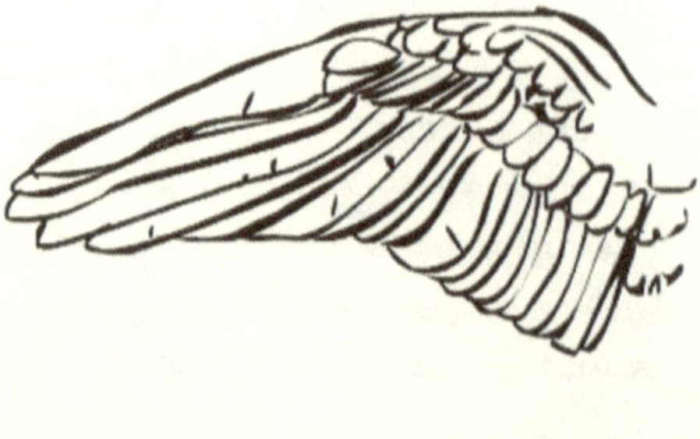

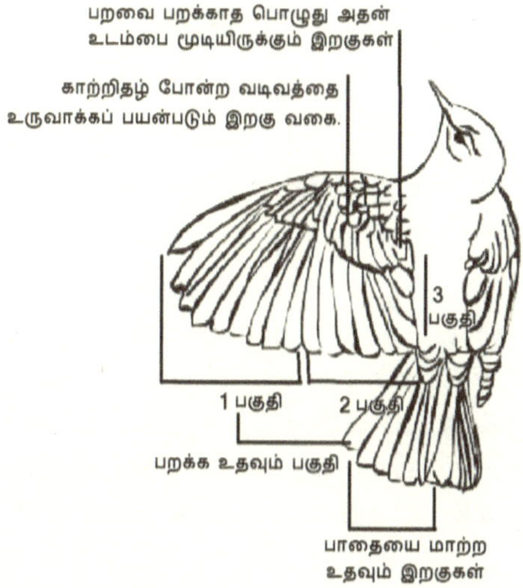

இறக்கையில் இறகுகளின் அமைப்பு: பல அடுக்குகளையும் பல்வேறு நீளங்களிலும் இறகை உடையதன் மூலம் காற்றிதழ் அமைப்பை இறக்கையால் உருவாக்க முடிகிறது.

முதல் இரண்டு வருடங்களில் எப்படி நடக்க வேண்டும் என்று குழந்தை கற்றுக் கொள்கிறது. ஆனால் பறவைக்குப் பிறந்தவுடன் இறக்கை இல்லாததால் அவற்றால் பறக்க முடியாது. இறக்கை முளைத்து அதன் பறக்க கூடிய திறன் வரும் வரை அவை கூட்டில் தான் இருக்கும் அல்லது நடக்க மட்டும் தான் செய்யும்.

உதாரணத்திற்குப் பறக்கும் ஒருவகை வாத்துக்கள் பத்து வாரத்தில் அதன் இறக்கைகள் முளைத்து விட்டாலும், பறப்பதற்கு 18 வாரங்கள் ஆகும். அதுவே கழுகை எடுத்துக்கொண்டால் கழுகு குஞ்சு பிறந்த ஒரு மாதத்தில் இறகுகள் வளரத் தொடங்கும் ஆனால் மூன்று மாதங்கள் கழித்துதான் அவை முதல்முறையாகப் பறக்கும் முயற்சியை ஆரம்பிக்கும்.

வளர்ந்த பறவைகள் இறகுகளைத் தனது இனப்பெருக்கக் காலமான கோடைகாலத்தில் உதிர்த்து புதிய இறகுகளை வளர்க்க ஆரம்பிக்கும். குளிர்காலம் வரும் பொழுது அதைப் பாதுகாக்க இறகுகள் அவசியம் என்பதால் குளிர்காலத்தில் புதிய இறகுகள் இருக்கும். மேற்கூறிய பயன்கள் மட்டுமல்லாமல்

பறவைகளின் இறகுகள் மொத்தம் 23 பயன்பாடுகளுக்குத் தேவைப்படுகிறது என்று ஆராய்ச்சிகள் கூறுகின்றன.

பறப்பது இல்லாமல் மற்ற பல பயன்களும் இருக்கின்றனவா? அவை என்ன என்ன என்று விளக்கமாகக் கூற முடியுமா என்றாள் சிருஷ்டிகா

அவற்றில் சில உடல் வெப்பத்தைக் கட்டுப்படுத்துவதற்கும், காற்றின் ஈரப்பதம், வெயிலில் இருந்து உடலை காப்பாற்றிக்கொள்ளப் பயன்படுகின்றன. பென்குயின் போன்ற பறவைகளுக்குப் பனிச்சறுக்குச் செய்வதற்கு இறகு தேவைப்படுகிறது. நீரில் மூழ்கி வேட்டையாடும் பறவைகளுக்கு இறகு ஒரு முக்கியக் கருவி. உடலில் நரம்புகள் இருப்பதுபோல் பறவையின் இறக்கையில் நரம்புகள் இல்லாததால் நரம்புகள் செய்யும் வேலையையும் இறகுகள் செய்கின்றன. ஆந்தை போன்ற பறவைகளுக்கு இரையின் ஒலியை துல்லியமாகக் கேட்பதற்கு அதன் இறகுகள் உதவுகின்றன.

பறவைக்குத் தேவையான ரீங்காரம் போன்ற ஒலிகளை இறக்கையைக் கொண்டு உருவாக்குகின்றன. சில பறவைகளின் இறக்கைகள் புழு பூச்சிகளைப் பிடிப்பதற்குப் பயன்படுகிறது. உடலை சுத்தம் செய்ய இறகுகள் தேவை. நீர்ப்பறவைகள் குஞ்சு பொரிக்கக் கூடு கட்டும் பொழுது தனது இறகினாலான கூட்டைக் கட்டுகின்றன. உருவத்தை மாற்றி எதிரிகளைப் பயமுறுத்தவும், தண்ணீரை சேகரிக்கவும் தனது உடலின் வண்ணத்தை மாற்றிக் காண்பிக்கவும், வேட்டையாடும் விலங்குகளில் இருந்து தப்பிப்பதற்காகவும், உருவத்தையும் மாற்றிக் காண்பிக்கவும் இறகுகள் பயன்படுகின்றன.

6

கொசு பறவை வகை இல்லையா?

மாலை 6 மணி ஆனாலே இந்தக் கொசு தொல்லை அதிகமாக இருக்கிறது, என்று கூறிக்கொண்டே தன்னைக் கடித்த ஒரு கொசுவை அடித்தான் கௌதம். ஆஹா இதன் இறக்கை வேறு மாதிரி இருக்கிறதே ! பறவை மட்டும்தான் பறக்கும் என்றீர்களே, ஆனால் இந்தக் கொசுவை விட்டுவிட்டீர்களே. இதன் இறக்கை எப்படி இருக்கும் என்று இதுவரை நீங்கள் கூற வில்லை.

பறவைகளும் பூச்சிகளும் இரண்டு விதமான உயிரினங்கள் வகையைச் சேர்ந்தவை. இவை இரண்டிற்கும் தொடர்பில்லை என்கிறார்கள் ஆராய்ச்சியாளர்கள். டைனோசர் காலத்திற்கு முன்பாகவே பூச்சி இனங்கள் வந்து விட்டதாகக் கூறப்படுகிறது. அனைத்து பூச்சிகளாலும் பறக்க முடியாது. ஆனால் பெரும்பாலான பூச்சியினங்கள் தன் வாழ்நாளில் சில நாட்களாவது பறக்கும் திறமையைப் பெற்றுள்ளன. பொதுவாகப் பூச்சிகள் என்பவை பறவையை விட எடை குறைவான உயிரினங்கள். பூச்சிகளைப் பறவையுடன் ஒப்பிட்டால் பல மடங்கு வகையான பூச்சி இனங்கள் உள்ளன.

பறவைகள் கிலோ கணக்கில் எடை இருந்தால், பூச்சிகள் கிராம் கணக்கில் இருக்கின்றன. பூச்சிகளுக்குப் பறவையைப் போலப் பல அடுக்கு இறக்கைகள் கிடையாது. பொதுவாக இரண்டு இறகுகள் அல்லது நான்கு இறகுகள் மட்டுமே இருக்கின்றன. மேலே இரண்டு இறகுகள் கீழே சிறிது இடைவெளி விட்டு அடுத்த இரண்டு இறகுகள் என்று இருக்கும்.

இவையும் அழுத்த வேறுபாட்டை உருவாக்கி தான் பறக்கின்றன. மேல் இருந்து கீழே இறகை கொண்டு வருவதில் பறவைபோல் செய்கின்றன. ஆனால் கீழிருந்து மேலே இறக்கை கொண்டு செல்லும் பொழுது இறக்கையை ஒரு புறமாக வளைத்து, அதனால் கீழே உள்ள அழுத்த வேறுபாடு மாறாமல் இருக்குமாறு இறகை தூக்கிக் கொண்டு செல்லக்கூடிய தொழில் நுட்பத்தைப் பயன்படுத்துகின்றன. படகில் உள்ள துடுப்பு அசைவதை போன்று பூச்சிகளின் இறக்கைகள் அசைகின்றன.

இரண்டு இறக்கை உடைய சில பூச்சி வகைகளுக்குத் தனது இறக்கையை எப்படி வளைத்து பறக்க வேண்டும் என்பதைத் தெரிவிக்க நமது நரம்புகள் போன்ற ஒரு அமைப்பு இருக்கும். அது சேதம் அடையும் பொழுது இறகு இருந்தாலும் இவற்றால் பறக்க முடியாமல் தத்தளிக்கும்.

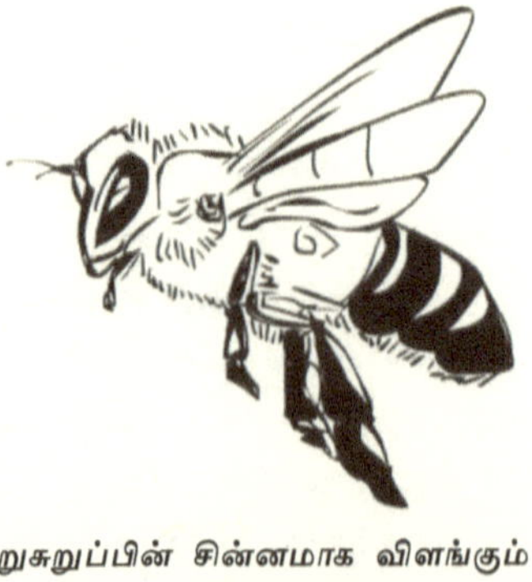

சுறுசுறுப்பின் சின்னமாக விளங்கும் தேன் பூச்சியின் இறகுகள்

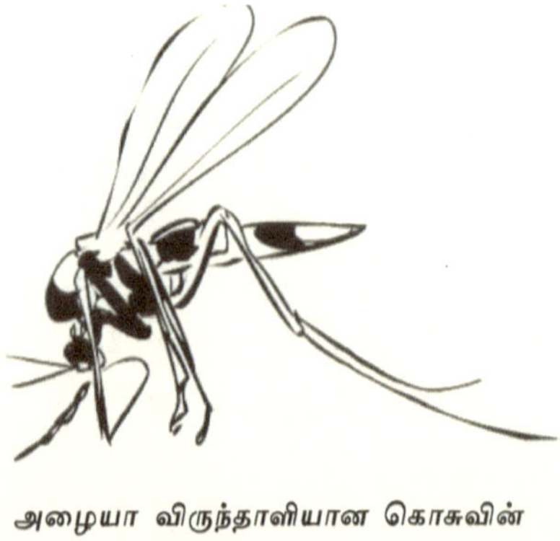

அழையா விருந்தாளியான கொசுவின் இறகு அமைப்பு

பறக்கும் பறவைகளுக்கு இரண்டு கால்கள்தான் இருக்கின்றன. ஆனால் நீங்கள் கூறிய பூச்சிகளுக்கு அதிகக் கால்

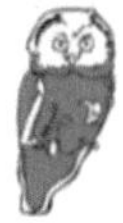

இருக்கின்றனவே? ஏன் அப்படி என்று தனது கையில் இருக்கும் கொசுவை பார்த்துக் கொண்டே கேட்டான் கௌதம்.

உடல் எத்தனை பாகங்களாகப் பிரிக்கப்பட்டு உள்ளது என்பதைப் பொறுத்து எத்தனை கால்கள் தேவை என்பது முடிவு செய்யப்படுகிறது. பொதுவாக மனிதன் உட்பட அனைத்து விலங்கினங்களின் உடலும் நடுநிலை சமச்சீரில் உள்ளது. அதாவது ஒரு உயிரினத்தை நடுவில் வெட்டி இரண்டு துண்டுகள் ஆக்கும்பொழுது இரண்டும் ஒரு போல இருக்கும். நமக்கு இரண்டு கை, இரண்டு கண் என்று இருப்பது போலக் கால்களும் இரண்டு தேவைப்படுகின்றன. ஒரு பாகத்திற்கு இரண்டு கால்கள் என நாம் காணும் அனைத்து விலங்கினங்களுக்கும் இரட்டைப்படை எண்ணில் தான் கால்கள் இருக்கும் அதாவது மனிதர்களுக்கும் பறக்கும் பறவைகளுக்கும் இரண்டு கால்கள். மாடு, எருமை, மற்றும் சிங்கங்களுக்கு நான்கு கால்கள். பூச்சியின் உடல் மூன்று பாகங்களாக இருக்கிறது. அதனால் பூச்சி இனங்கள் அனைத்திற்கும் ஆறு கால்கள் தான் இருக்கும். கொசு மட்டுமல்ல கரையான், கரப்பான் பூச்சி என அனைத்திற்கும் ஆறு கால்கள் இருக்கும்.

பறவை தலைகீழாக உட்கார்ந்து பார்த்திருக்கிறீர்களா? இல்லை என்றனர் அனைவரும்.

அடுத்த முறை நமது வீட்டில் பறக்கும் ஈயை கவனித்துப் பாருங்கள் அவற்றால் நமது வீட்டின் தரையில் நேராகவும் மேல்புற சுவற்றில் தலைகீழாகவும் உட்கார முடியும். இவற்றின் கால்கள் ஒட்டும் திறன் கொண்ட ஒரு அமைப்பு, தலைகீழாக உட்கார்ந்தாலும் அதைப் பிடித்துக் கொள்ள உதவி செய்கிறது. பூச்சி வகைகளில் பட்டாம்பூச்சியின் இறகு மட்டும்தான் சற்றுப் பெரியதாக இருக்கும். பூச்சி வகைகளில் பெரும்பாலான பூச்சிகள் இறக்கை அடிப்பதன் மூலமாகத்தான் பறக்கின்றன.

மிதந்து கொண்டு செல்லும் தொழில்நுட்பத்தைத் தெரிந்து கொண்டவை வண்ணத்துப்பூச்சிகள் மட்டுமே. அவற்றின் இறகுகள் மற்ற பூச்சிகளைக் காட்டிலும் பெரிதாக இருப்பதால் அவற்றால் மிதந்து கொண்டும் பறக்க முடிகிறது. சில பூச்சிகள் சிறிய இறகை கொண்டு பறக்க முடியாமல் சிரமப்படும்.

அதனால் பறக்க ஆரம்பிக்கும் பொழுது தனது கால்களை வைத்துக் குதித்துத் தனது பயணத்தைத் தொடங்குகிறது.

வீட்டில் மின் விசிறிக்கு கீழே அமர்ந்திருக்கும் பொழுது இந்தக் கொசுக்கள் கடிப்பது குறைகிறதே ? அது எப்படி மின்விசிறி கொசுக்களைத் துரத்துகிறது என்று கேட்டான் கௌதம்.

அது ஒரு சுவாரசியமான தகவல். கொசுக்கள் நீங்கள் விளக்கை அணைத்து விட்டாலும் நீங்கள் எங்கே இருக்கிறீர்கள் என்று கண்டுபிடித்து உங்கள் மீது அமர்ந்து ரத்தத்தைக் குடிக்கும். அதற்காக நாம் சுவாசிக்கும் போது வெளி வரும் காற்றில் உள்ள கரியமில வாயுவின் அளவை கண்டுபிடித்து அங்கே ஒரு மனிதன் தூங்குகிறான் என்று முடிவுக்கு வரும். அதே போன்று நமது உடலில் இருந்து வரும் துர்நாற்றம் மற்றும் வியர்வை வாசனையும் ஓரளவு அவற்றால் கண்டுபிடிக்க இயலும். இப்பொழுது மின்விசிறிப் போடப்படும் பொழுது நமது மூக்கிலிருந்து வரும் கரியமில வாயு நம்மைச் சுற்றிச் சிதறடிக்கப்படுகிறது. அதனால், அங்கே மனிதன் இருக்கிறானா? இல்லையா? என்ற குழப்பத்திற்குக் கொசு வருகிறது. அதுமட்டுமில்லாமல் பூச்சியின் இறக்கைகள் சாதாரணமாகத்தான் வடிவமைக்கப்பட்டுள்ளன. அதன் எடையும் மிகக்குறைவு என்று கூறினேன். அதனால் பலமாகக் காற்று வீசும் பொழுது அதை எதிர்த்து அவைகளால் பறக்க முடிவதில்லை.

பஞ்சம் வந்த காலத்தில் கரையான் புற்றில் இருந்து வந்த ஈசல்களைப் பிடித்துச் சாப்பிட்டார்கள் என்று எனது பாட்டி கூறினாரே? இந்த ஈசல்களும் பூச்சி வகையைச் சார்ந்தவை தானா என்றாள் கௌசிகா.

இந்தப் புவியில் நூறு ஆண்டுகளுக்கு முன்பு இருந்த மக்கள் தொகை போல் இன்று ஐந்து மடங்காக மக்கள் தொகை அதிகரித்துள்ளது. மனித சமுதாயத்தால் மக்கள்தொகையைக் கட்டுப்படுத்த இயலாமல் தவிக்கிறோம். ஆனால் இயற்கையின் படைப்பில் தானாகவே மக்கள் தொகையைக் கட்டுப்படுத்தும் ஒரு முறையைக் கரையான்கள் பயன்படுத்துகின்றன. கரையான் புற்றில் அளவுக்கு அதிகமான கரையான் உற்பத்தி ஆகும்போது,

அங்கே மக்கள்தொகையைக் கட்டுப்படுத்துவதற்காக ராணி கரையான் பறக்கக்கூடிய கரையான் வகைகளை முட்டையிடுகிறது.

இந்த முட்டைகள் வேலைக்கார கரையான்களால் பாதுகாக்கப்பட்டு வளர்க்கப்படுகின்றன. அவை வளர்ந்து இறகுகள் முளைத்தவுடன் மழை பெய்யும் காலங்களில் கரையான் புற்றில் இருந்து சாரைசாரையாகப் பறந்து வெளியே வரும் இவை தான் இந்த ஈசல்கள். இவையும் காற்றை எதிர்த்து பறக்கக்கூடிய ஆற்றல் இல்லாத பூச்சி வகைகள் தான் பலமான காற்று இல்லாத போது தான் இவை பறக்கும்.

7

எனக்கு இறக்கை வைக்க முடியுமா?

நீங்கள் கூறியது போல் இறகுகளும் இறக்கைகளும் பறவை பறப்பதற்கு மிகுந்த முக்கியமான உடல் உறுப்புகள் என்று புரிந்தது. நானும் இது போன்ற ஒரு இறக்கையைச் செயற்கையாகச் செய்தால் என்னால் பறக்க முடியுமா ? என்றாள் கௌசிகா.

ஓடி வந்து பறக்கும் பறவையைப் போல் நம்மாலும் பறக்க முடியுமா ? என்று முயற்சி செய்தபோது

முடியாது நமது உடல் எடை மிக அதிகமென்பதால் இறக்கை வைத்தால் மட்டும் போதாது. அதை வேகமாக அசைத்து, அழுத்த வேறுபாட்டை உருவாக்கி நமது எடையைத் தூக்குவதற்கான வலிமை நமது கைகளில் உள்ள தசைகளில் இல்லை. அதைப்பற்றித் தெரிந்துகொள்வதற்கு நாம் இறக்கையின் வடிவமைப்புகளை முதலில் புரிந்துகொள்ள வேண்டும். பறவையில் பொதுவாக நான்கு வகையான இறக்கை வடிவமைப்புகள் உள்ளன.

இறக்கைகளின் வடிவத்தைப் பற்றி அறியும் முன்பு புலன் விகிதத்தை முதலில் புரிந்து கொள்வோம். ஒரு பொருளின் நீளத்திற்கும் அகலத்திற்கும் உள்ள விகிதத்தைத் தான் புலன் விகிதம் என்று கூறுகிறோம். அதாவது வேப்பிலையை எடுத்து பார்த்தால், இதனுடைய நீளம் அகலத்தைப் போல் மூன்றிலிருந்து நான்கு மடங்கு இருக்கும். வாழை இலை நீளமாக இருந்தாலும் அதன் நீள அகல விகிதம் இதுபோலத்தான் இருக்கும். ஆனால் சுரக்காய் மற்றும் பீர்க்கங்காய் செடியின் இலையை எடுத்து நீள அகலங்களைப் பார்த்தால் அது குறைவாக இருக்கும்.

அதிக நீள அகல புலன் விகிதங்களைக் கொண்ட வேப்பிலை குறைந்த நீளம் அகல விகிதத்தைக் கொண்ட பீர்க்கங்காய் கொடியின் இலை

பறவையின் இறக்கையின் நீள அகலங்களுக்கும் பறவை பறப்பதற்கும் என்ன சம்பந்தம்? அது சரியாகப் புரியவில்லையே என்றான் கோகுல்

பறவை பறக்கும் வகைக்கு ஏற்ப அதன் இறக்கையின் நீள அகலங்கள் வேறுபடும் அதை ஒவ்வொன்றாகப் பார்ப்போம்.

முதல்வகை இறக்கைகள் நீள்வட்ட வடிவமான இறக்கைகள் வகையாகும். இவை குறைந்த புலன் விகிதத்தைக் கொண்டவை. அதனால் எந்தச் சிறிய இடத்திலும் மிகவும் நேர்த்தியாக வளைந்து நெளிந்து செல்லக்கூடிய ஆற்றல் கொண்டவை. அடர்ந்த காடுகளுக்கு இடையே உள்ள மரங்கள் மற்றும் செடிகளில் எங்கும் படாமல் இதனால் பறந்து செல்ல முடியும். ஆனால் தொலை தூரம் போவதற்கு இதன் இறக்கைகள் பயன்படாது. இந்த வகைப் பறவைகள் தனது இறக்கையைப் பயன்படுத்தி வேட்டையாடும் விலங்குகளிலிருந்து தன்னைப் பாதுகாத்துக்கொள்ளவும் உபயோகிக்கிறது. இதன் இறகின்

நுனிப்பகுதியில் அதிகமான இடைவெளி இருப்பதைக் காணலாம். இந்த இடைவெளியை மாற்றி அமைப்பதன் மூலமாகப் பறவை கீழே இறங்கும் பொழுது காற்றினால் தடைபடாமல் இறங்க வேண்டிய இடத்தைத் துல்லியமாக அடைகிறது. பாடும் பறவை, சிட்டுக்குருவி போன்றவை இந்த வகை இறக்கைகளைக் கொண்டவை. சிட்டுக்குருவி ஜன்னலில் உள்ள சிறிய ஓட்டை வழியாக நமது வீட்டிற்குள் வந்து போவதற்கு அதன் இறக்கைகளில் பங்கு மிக முக்கியமானது. வௌவாலுடைய இறக்கையும் கூட நீள்வட்ட வடிவமானது தான். ஆனால் அது ஒரு பாலூட்டி வகையைச் சேர்ந்தது அதன் இறக்கைகளின் வடிவமைப்பு நீள்வட்ட வடிவமாக இருந்தாலும் பறவை போன்ற அடுக்குகளைக் கொண்டது இல்லை.

தொலைதூரம் செல்ல வேண்டும் என்றால் பறவைகள் வேகமாகச் சென்றால் தானே முடியும் இல்லையென்றால் அவைகள் போவதற்கு அதிக நாட்கள் ஆகும் அல்லவா ? அப்படிப்பட்ட இறகுகளைப் பற்றிக் கூறுங்கள் என்றான் கௌதம்.

அந்த வகை இறகுகள் இரண்டாம் வகையைச் சேர்ந்தவை அந்த இறகுகளை அதிவேக இறக்கைகள் என்று கூறலாம். இது தொலைதூரம் பறக்கக்கூடிய பறவைகளுக்கு மிகவும் பொருந்தும் இந்த இறகுகளை வைத்துப் பறவைகள் வேகமாகப் பறக்கக் கூடிய ஆற்றலைப் பெறுகின்றன. இந்த இறக்கையின் முனை கூர்மையாக இருக்கும், இடைவெளிகள் இருக்காது. அதிவேகமாக மணிக்கு 300 கிலோ மீட்டர் என்ற வேகம் வரை இந்த வகைப் பறவைகளால் பறக்க முடியும். ராஜாளி பறவை இந்த வகையைச் சேர்ந்ததுதான். நம்ம ஊர் தூக்கணாங்குருவியின் ஒரு வகைக் கூட இந்த வகையைச் சார்ந்தது. அதனால் வேகமாகப் பறக்க முடியும். அது செல்லும் வேகத்திற்குத் தேவைப்படும் ஆற்றலையும் கணக்கிட்டால் முதலில் கூறிய நீள்வட்ட வடிவமான இறக்கைகளைக் கொண்ட பறவையைக் காட்டிலும் குறைவாக இருக்கும்.

அப்ப அல்பட்ராஸ் எனப்படும் மிதந்து கொண்டு செல்லும் பறவைக்கு இந்த இறக்கை தான் இருக்கிறது என்று கூறுகிறீர்களா? என்றான் கோகுல்.

இல்லை அல்பட்ராஸ் பறவைக்கு இருக்கும் இறக்கையின் பெயர் அதிகப் புலன் விகித இறக்கைகள். நான் முன்பே கூறியபடி ஒரு பறவையின் இறக்கையின் நீள அகலங்களைப் பொறுத்துதான் அந்தப் பறவை பறப்பதற்கு எவ்வளவு ஆற்றல் தேவை என்பது முடிவுக்கு வருகிறது. இந்த அல்பட்ராஸ் பறவைகள் நீள அகல விகிதங்கள் எடுத்துக்கொண்டால் அது 20 வரை இருக்கும். நீளம் அதிகமாக இருப்பதால் ஒரு முறை பறக்க ஆரம்பித்தவுடன் காற்றிலே பறந்து கொண்டிருப்பதற்குத் தேவைப்படும் ஆற்றல் செலவீனம் பத்து விழுக்காடுகள் மட்டும் இருந்தால் போதுமானது.

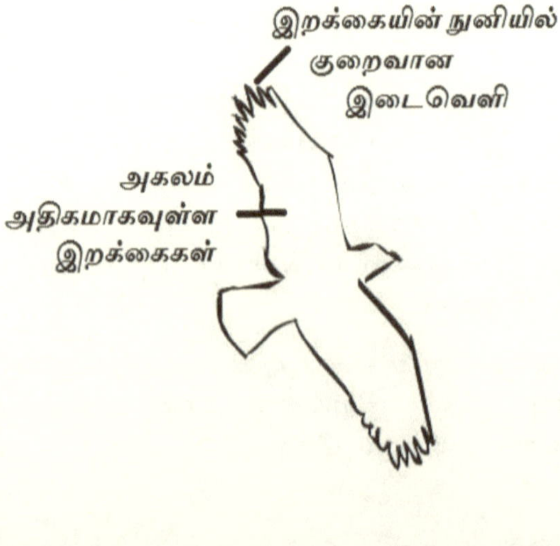

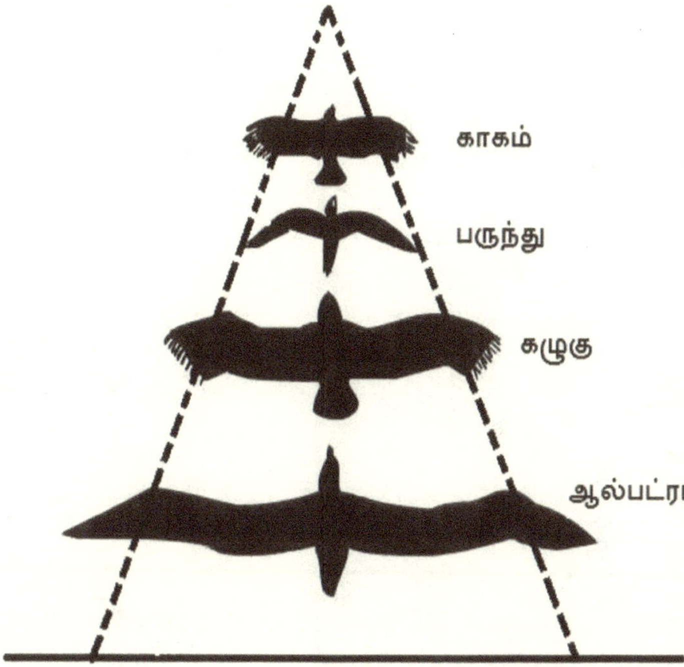

பறவைகளின் இறக்கைகள் நீளம் ஒப்பீடு

இதுவே சிறகடித்துப் பறக்கும் பறவைகளை ஒப்பிட்டால் அதன் ஆற்றல் செலவினத்தில் பத்தில் ஒரு பங்காக இருக்கும். பொதுவாகக் கடற்பறவைகள் இந்த வகையான இறக்கைகளைக் கொண்டுள்ளன. எவ்வளவு தூரம் பறந்தாலும் களைப்படையாமல் இந்தப் பறவைகளால் பறக்க முடியும். நமது நெடுந்தூர விமானப் பயணத்திற்கு உபயோகிக்கும் விமானங்கள் இந்தப் பறவையை அடிப்படையாகக் கொண்டுதான் வடிவமைக்கப்பட்டுள்ளன. இந்தப் பறவையின் இறக்கையில் கூர்மையான நுனி மட்டும் இருக்கும் இடைவெளிகள் எதுவும் இருக்காது.

அப்ப கழுகுக்கு இருப்பது எந்த வகை இறக்கை அமைப்பு? என்றாள் சிருஷ்டிகா.

கழுகை எடுத்துக்கொண்டால் அது வேட்டையாடி உண்ணும் ஒரு பறவை வகை.

அதிக புலன் விகித இறக்கைகள் (நீ

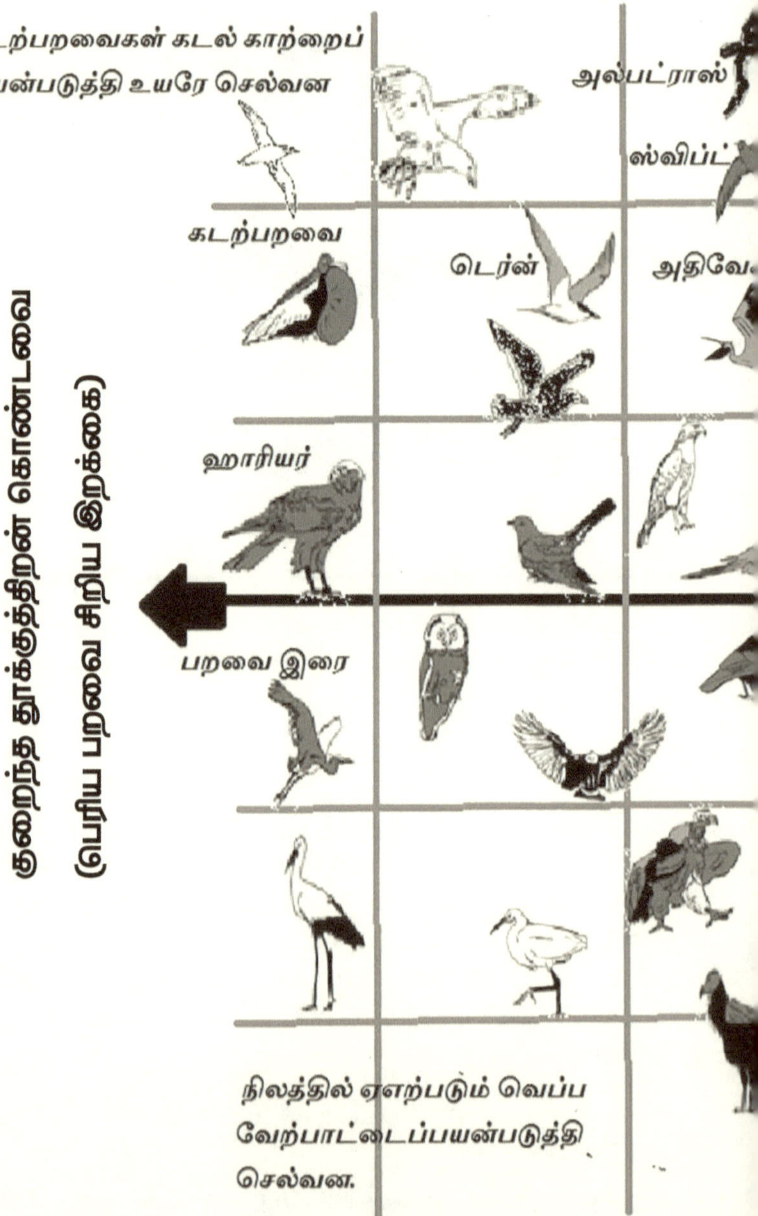

குறைந்த புலன் விகித இறக்கைகள்

ய நுனியுடைய இறக்கைகள்)

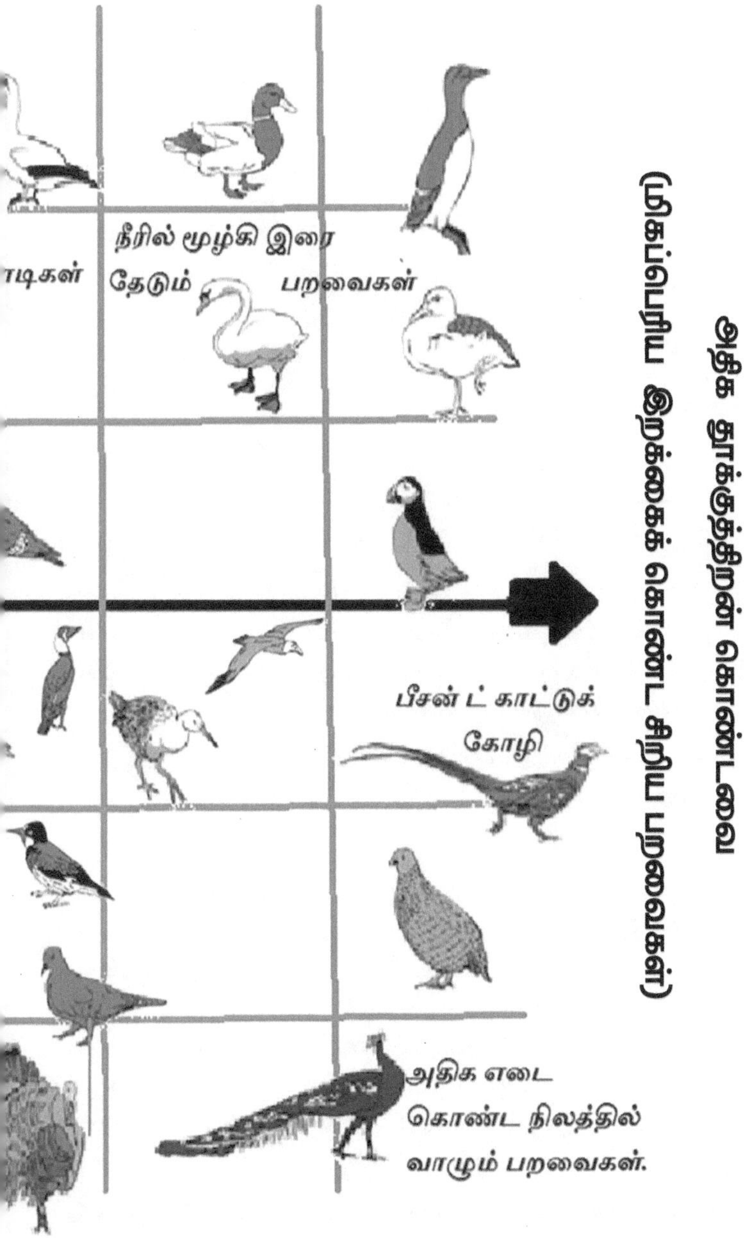

றைந்த அகலமான இறக்கைகள்)

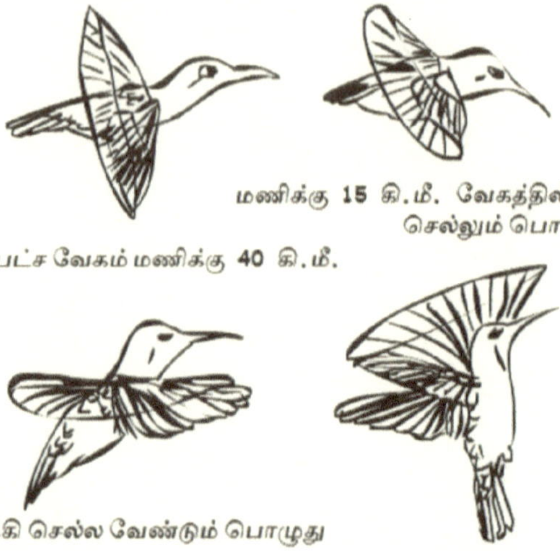

ரீங்கார பறவையின் வேகமும் அதன் இறக்கையின் கோணமும்

உனக்கு நான் 10 கிலோ சாக்லேட் கொடுக்கிறேன் அதை உன்னால் தூக்கிக் கொண்டு செல்ல முடியுமா ? 10 கிலோ என்னால் தூக்கிக் கொண்டு செல்ல முடியாது, ஐந்து கிலோ வரை தூக்குவேன் என்று நினைக்கிறேன்.

ஆனால் கழுகின் உடலமைப்பில் வேட்டையாடி முடித்தவுடன் அதைத் தூக்கிக் கொண்டு செல்லவேண்டிய அவசியம் அதற்கு இருக்கிறது.

அதனால் இந்த வகை இறக்கைகள் பறவையின் எடையை ஒப்பிட்டால் அதிக எடையைத் தூக்குவதற்கும் உடனடியாக உயரத்திற்குச் செல்லவும் பயன்படும். இந்த இறக்கைகளின் நுனிப்பகுதியில் குறைந்த இடைவெளி காணப்படும் இதன் புலன் விகிதம் சற்றுக் குறைவாகத்தான் இருக்கும். நேராகக் கழுகு பறந்து கொண்டிருக்கும் பொழுது நீர்ப்பரப்பில் இருக்கும் மீனை இலகுவாகத் தூக்கி மேலும் அதிவேகமாக அதனால் உயரே பறந்து செல்ல முடியும்.

அதனால் தான் அன்று எங்கள் பண்ணையில் இருந்த கோழிக்குஞ்சை அழகாகத் தூக்கிக் கொண்டு சென்று விட்டதா?

பருந்து கோழிக்குஞ்சை தூக்கலாம் என்று முடிவு செய்துவிட்டால் மணிக்கு 200 கிலோ மீட்டர் வேகத்திற்கு மேலாக வந்து கண்ணிமைக்கும் நேரத்தில் தூக்கி விட்டு அதே வேகத்தில் மேலே சென்று விடும். அது இவ்வாறு செல்வதற்கு அதன் இறக்கைகள் பேருதவியாக இருக்கின்றன.

இந்த வகைப் பறவைகள் இறக்கையின் நுனியில் உள்ள இடைவெளியை மாற்றி அமைப்பதன் மூலம் காற்றினால் ஏற்படும் உராய்வு விசையைப் பெருமளவு மாற்றியமைக்கின்றன. இதைப் புரிந்து கொள்வதற்குத் தென்னை மரத்தில் உள்ள இலையையும் வாழை இலையையும் பாருங்கள். எவ்வளவு வேகமான காற்று அடித்தாலும் தென்னங்கீற்றில் உள்ள இடைவெளியில் காற்று சென்றுவிடுவதால் சேதாரம் அடைவதில்லை. ஆனால் அதுவே வேகமான காற்று வாழைமரத்தில் படும்பொழுது வாழை இலையில் இடைவெளி எதுவும் இல்லாததால் காற்றை எதிர்த்து நிற்க முயற்சித்துத் தன்னைத் தாங்கி நிற்கும் வாழை மரமே உடையும் நிலை உருவாகிறது.

அதிகப் புலன் விகித பறவைகளைச் சிறிது முதல் பெரிதாக வகைப்படுத்தினால் காகத்திற்குக் குறைந்ததாகவும் வல்லூறு அதற்கு அடுத்த நிலையிலும் கழுகு வகைகள் அதற்கு அடுத்த நிலையிலும் அல்பட்ராஸ் மற்றும் கடல் பறவைகள் மிக அதிகப் புலன் விகிதத்தைக் கொண்டவையாகவும் இருக்கும். இந்த வகைகள் மட்டுமில்லாமல் ஐந்தாவதாக ஒரு இறக்கை வகையும் உண்டு. அது ரீங்கார பறவைகளுக்கு மட்டும் தான் இருக்கிறது. மீன்கொத்தி பறவைகளுக்கும் அது போன்ற ஒரு அமைப்பு உள்ளது. அவை தனது இறக்கை அடிக்கும் சாய் கோணத்தை மாற்றி, நிற்கவும் வேகமாகச் செல்லவும் அதனால் முடியும். ரீங்கார பறவை ஒரே இடத்தில் நின்று கொண்டு தேன் குடிக்க முடியும் மணிக்கு 10 கிலோ மீட்டர் வேகத்தில் செல்ல முடியும் 30 கிலோமீட்டர் வேகத்திலும் செல்ல முடியும். அதே நேரத்தில் முன்பாகவும் பின்பாகவும் செல்லக்கூடிய திறமை வாய்ந்தது. இவ்வகையான இறக்கை கொண்ட பறவைகள் ஒரு சிலவே உள்ளன.

பறவை இறக்கையின் தூக்கு திறன் என்பது பறவை உடைய எடைக்கும் அதன் இறக்கையின் பரப்பளவிற்கு உள்ள விகிதமாகும். இந்த விகிதம் குறைவாக உள்ள பறவைகள் அதாவது பறவையின் எடை குறைவாகவும் இறக்கையின் பரப்பளவு அதிகமாகவும் இருக்கும் பொழுது குறைந்த ஆற்றல் செலவினத்தில் நிற்காமல் பறவைகளால் பறக்க முடியும். அதுவே இந்த விகிதம் அதிகமாக இருக்கும்பொழுது பறவைகளால் பறக்க முடியாது அல்லது சிறிது தூரம் மட்டுமே பறக்க முடியும். தூக்கணாங்குருவியின் ஒருவகை இதன் விகிதம் 0.15 ஆகவும் பருந்து வகைகளுக்கு 0.3-0.5 வாத்து போன்ற பறவைகளுக்கு இது 1.2 லிருந்து 1.4 வரை இருக்கும்.

ஒவ்வொரு பறவைக்கும் புலன் விகிதமும், தூக்கு திறனும் எவ்வாறு வேறுபடும்? ஒன்று அதிகமாக இருந்தால் மற்றொன்றும் அதிகமாக இருக்க வேண்டிய கட்டாயம் இருக்கிறதா? அதைப்பற்றி மேலும் கூறுங்களேன் என்றான் கோகுல்.

மேலே கூறிய இறக்கையின் நீள அகல விகிதம் ஆகிய புலன் விகிதத்தையும், இந்தத் தூக்கு திறனையும் ஒருசேர பார்க்கும் பொழுது பறவையால் பறக்க இயலுமா ? பறந்தால் அதன் ஆற்றல் செலவீனம் எவ்வாறு இருக்கும் என்பதைப் புரிந்து கொள்ளலாம். இறக்கையின் நீளம் குறைவாகவும் பறவையின் தூக்கு திறன் குறைவாகவும் இருக்கும் பறவை சிறிது தூரம் மட்டுமே பறக்கக்கூடிய ஆற்றல் பெற்றது. நமது தேசிய பறவை மயில், வாத்து கோழி, நாட்டுக்கோழி ஆகியவை இவற்றிற்கு உதாரணமாக எடுத்துக் கொள்ளலாம். பறப்பதற்காக இவை செலவழிக்கும் ஆற்றல் மிகவும் அதிகமாக இருக்கும்.

அதேபோல் நீள அகலங்கள் குறைவாக இருந்தாலும் தூக்கு திறன் அதிகமாக உள்ள பறவைகள் தனது எடையைப் போல் பாதிக்கும் அதிகமான எடையுள்ள பொருட்களைத் தூக்க கூடிய வல்லமை படைத்தது. இது கழுகு இனங்களுக்குச் சாலப் பொருந்தும். சராசரியான தூக்கு திறனும், அதிகப் புலன் விகிதத்தையும் கொண்ட பறவைகள் கிளம்புவதற்குக் கடின பட்டாலும் பறக்கும் பொழுது மிகக் குறைந்த ஆற்றல் செலவினத்தில் மிதந்து கொண்டு பறக்கும் திறமையைப் பெற்றிருக்கின்றன. கடல் பறவைகள் இதற்கு மிகச் சிறந்த உதாரணங்களாகும்

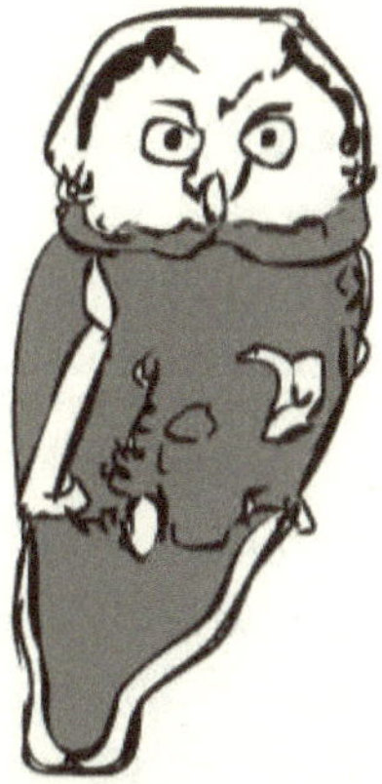

8
பறவை ஏன் இடம்பெயர வேண்டும்?

நீங்கள் கூறும் பொழுது பல இடங்களில் தொலைதூர பயணப்படும் பறவைகளுக்கு இது தேவை, என்று பலவற்றைக் கூறினீர்கள். நான் இன்றுவரை இந்த மாவட்டத்தைத் தாண்டி வெளியே சென்றதில்லை. எனது பாட்டியும் கடந்த 60 ஆண்டுகளாக இங்கே வாழ்ந்தாலும் எங்கேயும் வெளியே சென்றதில்லை. ஏன் இந்தப் பறவைகள் மட்டும் நெடுந்தூரம் போக வேண்டிய நிலை இருக்கிறது என்று அப்பாவியாகக் கேட்டாள் சிருஷ்டிகா

இந்தக் கேள்விக்குப் போவதற்கு முன்பு புவியில் பருவ காலங்கள் எப்படி மாறுகின்றன என்பதைப் பற்றி உங்களுக்குத் தெரியுமா? புவி தன்னைத் தானே சுற்றிக் கொண்டு சூரியனையும் சுற்றி வருகிறது. புவி தன்னை ஒரு சுற்று சுற்றுவதைத் தான் ஒரு நாள் என்று கூறுகிறோம். அதேபோல் புவி சூரியனை ஒரு முறை சுற்றி வந்தால் அதை ஒரு வருடம் என்கிறோம். நமக்கு இங்கே தமிழ்நாட்டில் எப்பொழுது கோடை காலம் எப்பொழுது குளிர்காலம் ?

எங்கள் பள்ளி ஆண்டு விடுமுறை விடும் ஏப்ரல் மே மாதங்கள் கோடை காலம். தமிழ் மாதங்களில் மார்கழி மற்றும் தை அதாவது டிசம்பர் மற்றும் ஜனவரி மாதங்கள் குளிர் காலங்கள் என்றாள் கௌசிகா.

இது புவியின் மீது இந்தியா எங்கே உள்ளது என்பதைப் பொறுத்து வரையறுக்கப்பட்டுள்ளது. புவி ஒரு கோள வடிவம். இங்கிருந்து நாம் துளையிட்டுக் கொண்டே சென்றால் தோராயமாக 13 ஆயிரம் கிலோமீட்டர்கள் உள்ளே செல்லும் பொழுது புவியின் மறு பகுதியை அடைந்து விடுவோம். ஆனால் புவிக்கு உள்ளே செல்ல செல்ல வெப்பம் அதிகமாக இருப்பதால் அப்படி யாரும் செல்ல முடியாது ஒரு கற்பனைக்காகக் கூறுகிறேன்.

நேராக இந்தியாவுக்குப் பின்புறம் இருக்கும் ஒரு நாட்டிற்குச் செல்வோம் என்றால், உதாரணத்திற்குத் தென் ஆப்பிரிக்கா என்று வைத்துக்கொள்வோம். நமக்குக் குளிர்காலமாக இருக்கும் பொழுது அவர்களுக்குக் கோடை காலமாக இருக்கும். அதுபோல் அவர்களுக்குக் குளிர் காலமாக இருக்கும் பொழுது நமக்குக் கோடை காலமாக இருக்கும். குளிர் காலம்

பருவகாலப் பழங்களை உண்ணும் பறவை

பறவைகளின் வாழ்க்கையில் மிகுந்த சிரமத்தை உண்டாக்குகிறது. அது என்ன என்று ஒன்றொன்றாகப் பார்ப்போம்.

பொதுவாகக் கண்டம் விட்டுக் கண்டம் போகும் பறவைகள் குளிர் காலத்திற்கு முன்பாகத் தனது பயணத்தைத் தொடங்குகின்றன. ஏன் இந்தக் குளிர்காலம் பறவையின் வாழ்க்கையைச் சிரமப் படுத்துகிறது என்றால் குளிரில் உணவு கிடைப்பது சிரமமாகும். அதிகக் குளிராக இருப்பதால் பகல் பொழுது குறைவாகவும் இரவு பொழுது அதிகமாகவும் மாறும். நம்மைப் போன்று கதவு, ஜன்னல்கள், குளிர் உள்ளே வர இயலாத வீடுகள் பறவைக்குக் கிடையாது. நீண்டநேரம் குளிரில் கூட்டிலேயே இருப்பது மிகவும் கடினம்.

குளிர்காலங்களில் எனக்கு அதிகமாகப் பசிக்கிறது. நிறையச் சாப்பிடுவேன். பறவைகளுக்கும் அது போல் அல்லவா இருக்க வேண்டும்? அவை உணவுக்கு என்ன செய்யும் என்றாள் சிருஷ்டிகா

ஆம் குளிர் காலங்களில் உணவுப் பற்றாக்குறை ஏற்படுகிறது. சிறு பூச்சி, புழுக்கள் கூட வெளியே வருவதில்லை. அதனால்

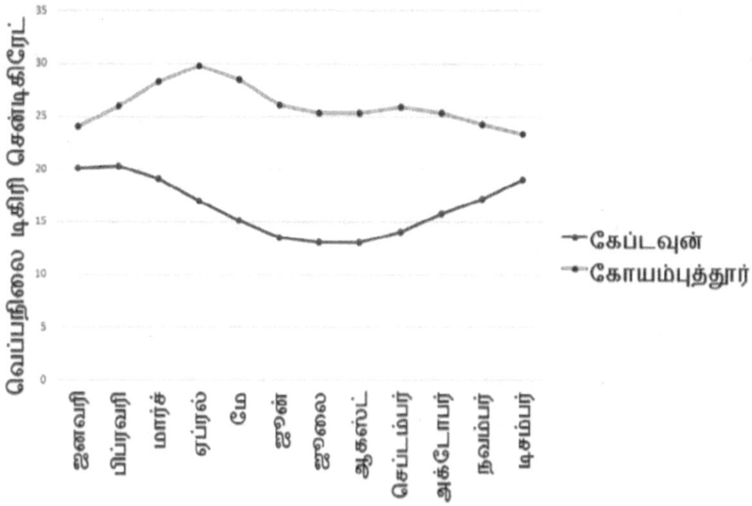

தென்னாபிரிக்காவின் கேப்டவுன் மற்றும் தமிழ்நாட்டின் கோயமுத்தூர் இடையேயான சராசரி வெப்பநிலை வேறுபாடு

உணவு தட்டுப்பாடு ஏற்படுகிறது. அதுமட்டுமில்லாமல் குளிர்காலத்தில் வேட்டையாடும் விலங்குகளுக்கும் உணவு கிடைப்பதில்லை. ஆகையால் அவை இது போன்ற பறவைகளை வேட்டையாடுவதை வழக்கமாகக் கொண்டுள்ள. இந்த வேட்டையாடும் பறவைகள் மற்றும் விலங்குகளிலிருந்து தப்பிப்பதற்கும் பறவைகள் தனது இருப்பிடத்தை மாற்ற வேண்டிய கட்டாயத்திற்கு உள்ளாகின்றன. நாடோடிகளாகத் திரிந்த மனிதன் உணவு கிடைக்கும் இடங்களில் தனது வாழ்விடத்தை அமைக்கத் தொடங்கினான். நதிக்கரையோரம் தான் மனிதனின் முதல் நாகரீகம் தொடங்கியது. பறவைகள் இடம்பெயர்வது போல உணவுக்காக மனிதனும் இடம்பெயர்ந்து கொண்டு இருந்தான்.

மேலும் சில பறவைகள் தனது சந்ததிகளைப் பெருக்குவதற்கு இந்த இடம்பெயர்தல் நடத்துகின்றன. பறவைகள் இடம் பெயருவதற்கு வேறு ஒரு பெயரும் உண்டு அதைப் பற்றி யாருக்காவது தெரியுமா ? அனைவரும் தெரியாது என்றனர். வலசை என்ற தமிழ்ச் சொல் பறவைகள் நெடுந்தூரம் இடம்பெறுவதைக் குறிப்பதாகும். சில பறவைகள் நெடுந்தூரம் பயணப்பட்டுத் தனது இனப்பெருக்கக் காலத்தில், முன்பே கூறியது போல் பழைய இறகுகளை உதிர்த்து புதிய இறகுகளை உருவாக்கும்.

சிறிது காலம் பறக்காமல் அங்கே தங்கி புதிய இறகுகளை உருவாக்குவதற்கு இந்த இடம்பெயர்தல் அவசியமாகிறது. உங்கள் வெள்ளோடு பறவைகள் சரணாலயத்திற்கு நவம்பர் முதல் மார்ச் மாதம் வரை வெளிநாட்டிலிருந்து பறவைகள் வரத்து அதிகமாக இருப்பதாக ஆராய்ச்சிகள் தெரிவிக்கின்றன. இதை அடுத்த முறை அதை நன்றாகக் கவனித்துப் பாருங்கள்

எங்கள் தோட்டத்தில் மாங்காய் உள்ளது சாப்பிடுவதற்கு நான் அதைக் கொண்டு வரட்டுமா? என்றாள் சிருஷ்டிகா.

சரி கொண்டு வா. உங்கள் மாமரம் எப்பொழுது காய் கொடுக்கும் ? வருடத்தில் எல்லா நாட்களும் அவை மாம்பழங்களைத் தருகின்றனவா? இல்லை. அது ஏன் என்று உங்களுக்குத் தெரியுமா?

இந்த இயற்கையின் சுழற்சியில் காய்கறிகள், பழ வகைகள் வளர்வதற்கு என்று ஏற்ற பருவநிலை தேவைப்படுகிறது. அந்தந்த பருவ காலங்களில் தான் இவை பூத்துக் காய்க் காய்க்கின்றன. மா, மே மாதத்தில் இருந்து மூன்று மாதங்களுக்கும் ஆரஞ்சு நவம்பர் டிசம்பர் ஜனவரி மாதங்களில் கிடைப்பதை நீங்கள் கவனித்திருப்பீர்கள். இதைப்போல் பறவைகளின் உணவுச் சங்கிலியில் இந்தப் பழ வகைகளுக்கு முக்கியப் பங்கு உண்டு.

பறவைகள் இருக்கும் இடத்தில் கிடைக்கும் பழ வகைகள் காய்த்து முடித்தபிறகு அவை உணவுக்குக் கஷ்டப்படும். அதனால் வேறு ஒரு சீதோசன நிலையில், வேறு ஒரு பழங்கள் நிறைந்த பகுதிகளில் உணவு கிடைக்கும் என்பதால் அந்த இடத்தை நோக்கி பயணத்தைத் தொடங்குகின்றன.

மழை ஓய்ந்த பிறகு கரையான் புற்றில் இருந்து நிறைய ஈசல்கள் வெளியே வந்து பறப்பதை பார்த்து இருக்கிறீர்களா? எங்கள் வீட்டு விளக்கை சுற்றிக் கூட்டமாகப் பறப்பதை பார்த்து இருக்கிறோம் என்றனர்.

முன்பே கூறியபடி கரையான் புற்றில் மக்கள்தொகையைக் குறைப்பதற்காக இவை சாரைசாரையாக வெளியே வருகின்றன. இது பறவை போன்ற மற்ற உயிரினங்களுக்கு உணவாக இருக்கிறது.

அதேபோல் சிறு சிறு பூச்சிகளும் புழுக்களும் ஒரு குறிப்பிட்ட காலத்தில் அதிக இனப்பெருக்கம் செய்து நிறைய உண்டாகும். இது பறவைகளுக்குச் சிறந்த உணவாக மாறுகின்றன. பூச்சிகளைக் கட்டுப்படுத்துவதில் பறவைகளின் பங்கு குறிப்பிடத்தக்கது குழந்தைகளுக்கான மிகவும் பிரசித்தி பெற்ற எறும்பும் வெட்டுக்கிளியும் கதையில் கடைசியில் எறும்பை காப்பாற்ற யார் வருவார்கள்? அது ஒரு படமாக வந்துள்ளது வெட்டுக்கிளியை பிடித்துச் சாப்பிட ஒரு புறா வரும் அதை நான் பலமுறை பார்த்துள்ளேன் என்று உற்சாகமாகக் கூறினான் கௌதம். இப்படிப் பல காரணங்களுக்காகப் பறவையின் இடம்பெயர்தல் தேவைப்படுகிறது.

இந்த இடம் பெயர்தல் எல்லாப் பறவைகளும் செய்வதில்லை. உலகில் உள்ள பறவையினங்களில் 20 விழுக்காட்டுக்கும் குறைவான பறவைகள்தான் இடம் பெயர்கின்றன அதுவும் அவை இடம்பெயரும் தூரம் ஆயிரம் கிலோ மீட்டரிலிருந்து 30 ஆயிரம் கிலோ மீட்டர் வரை வேறுபடும். புவி ஒரு கோள வடிவில் உள்ளது இதன் ஆரம் 6357 கிலோமீட்டர். பூமத்திய ரேகையில் இருக்கும் இந்தியாவில் குளிர்காலமாக இருக்கும் பொழுது அதே பூமத்திய ரேகை பகுதியில் கோடை காலமாக இருக்கும் ஒரு இடத்தை நோக்கி பயணப்பட 20 ஆயிரம் கிலோ மீட்டர்கள் பயணம் செய்தால் போதுமானது.

சாலையில் செல்லும் வாகனங்களால் அடிக்கடி விபத்துக்கள் ஏற்படுவதைத் தொலைக்காட்சியில் காண்கிறேன். அதேபோன்று பறவைகள் இப்படி நெடுந்தூரம் பயணம் செய்வதால் அவைகள் விபத்தில் மாட்டிக் கொள்ளாதா? என்றான் கோகுல்

பறவைகளின் இடம் பெயர்தலின் போது, நாம் உருவாக்கியுள்ள உயரமான கட்டிடங்கள், கண்ணாடியால் செய்யப்பட்ட கட்டிடங்கள், மின்சாரக் கம்பிகள், காற்றாலை மின் உற்பத்தி நிலையங்கள், கைப்பேசி மற்றும் வானொலி அலைகளைப் பரப்புவதற்கான கோபுரங்கள் எனப் பலவற்றில் மோதி ஆயிரக்கணக்கான பறவைகள் உயிரிழக்கின்றன. அதேபோல் விமானத்தில் மோதி உயிரிழக்கும் பறவைகளும் மிக அதிகம். பறவை தாக்கினால் விமானம் சேதம் இல்லாததுபோல் விமானப் பாகங்கள் தயாரிக்கப்படுகின்றன. அதனால் சிறிய பறவைகள் தாக்குதலில் இருந்து விமானம் தப்பிக்கிறது. இனப்பெருக்கக் காலம் முடிந்து சிறிய பறவைகள் மற்றும் குஞ்சுப் பறவைகள் கூட்டத்துடன் இடம் பெறும் பொழுது அவற்றால் தாய் பறவைகள் போல் பறக்க முடியாமல் நெடுந்தூரப் பயணத்தில் சிறிய பறவைகளின் உயிரிழப்பு கணிசமானது.

௭

பயணத்திற்குத் தயாராகுதல் மற்றும் சேரும் இடம் அறிதல்

எங்கள் வீட்டிலிருந்து 100 கிலோமீட்டர் தொலைவில் உள்ள எங்கள் கோயிலுக்குச் செல்வதாக இருந்தால் காலையிலிருந்து தடபுடல் எனப் பல பிரயாண ஏற்பாடுகளைப் பாட்டி செய்கிறார், அதில் கட்டி சோறு அடங்கும். அங்கே சென்று பொங்கல் வைப்பதற்குத் தேவையான பல பொருட்கள் என்று ஒரு பெரிய மூட்டையைத் தயார் செய்கிறார். அப்படி இருக்கும் பொழுது பறவை இத்தனை தூரம், உணவு எங்கே இருக்கும் என்று தெரியாமல் எப்படித் தனது பயணத்தைத் தொடங்குகிறது என்று கேட்டான் கௌதம்.

ஆம் இவ்வளவு தொலை தூரம் பயணப்படும் பொழுது நிறைய ஆற்றல் செலவினம் ஏற்படும். அந்த ஆற்றல் செலவினத்தைப் பல வகைகளில் பறவை பெறுகிறது. குளிர் காலம் நெருங்குகிறது தனது பயணத்தை ஆரம்பிக்க வேண்டும் என்றால் பயணத்திற்கு முன்பாகக் கட்டி சோறு கட்டுவதற்குப் பதிலாகத் தனது

உடலிலேயே அதிகக் கொழுப்புகளைச் சேர்த்து வைக்கத் தொடங்குகிறது. நீ எவ்வளவு அரிசி சாதம் சாப்பிடுவாய். நான் இரண்டு கரண்டி வரை சாப்பாடு சாப்பிட முடியும் என்றான் கௌதம். இப்பொழுது இரண்டு கரண்டி வெண்ணை நான் உனக்குத் தருகிறேன். உன்னால் சாப்பிட முடியுமா ? அவ்வளவு சாப்பிட முடியாது சிறிதளவு பருப்பு சாதத்திற்கும் தோசைக்கும் போட்டுக் கொள்ளலாம்.

அதிகம் சாப்பிட்டால் சாப்பிட குமட்டுமே என்றாள் சிருஷ்டிகா.

சரி தான், கொழுப்பு நிறைந்த உணவுகள் நமக்கு அதிகம் தேவைப்படாது. ஏனென்றால் கொழுப்புப் பொருளில் உள்ள ஆற்றல் புரதம் மற்றும் கார்போஹைட்ரேட் பொருட்களில் இருந்து கிடைக்கும் ஆற்றலின் இரண்டு மடங்கு ஆகும். அதனால் தான் நாலு இட்லி சாப்பிட்டால் கிடைக்கும் ஆற்றலை ஒரு சிறிய சாக்லெட்டை சாப்பிடுவதன் மூலம் பெறலாம்.

இந்தத் தொழில்நுட்பத்தைத் தான் பறவைகள் பயன்படுத்துகின்றன. புறப்படுவதற்கு முன்பு கொழுப்பு அதிகம் உள்ள சிறு பூச்சிகளையும் கொட்டைகளையும் கண்டறிந்து அவற்றைச் சாப்பிட துவங்கும். சாப்பிட்டு சாப்பிட்டு எடையை அதிகரிக்கும். சில பறவைகள் தனது எடையை இரண்டு மடங்கு வரை அதிகரிக்கின்றன. ஆர்டிக் எனும் கடல் பறவை அரைக் கிலோ இருக்கும் தனது எடையை ஒரு கிலோ வரை உயர்த்துகிறது. இந்த உணவைக் கொண்டு எங்கேயும் உணவு அருந்தாமல் பறக்கும் திறமை பறவைகளுக்கு உண்டு. தான் அதிகரித்த உடல் எடையை நிற்காமல் பறப்பதால் எடை குறைந்து கொண்டே வந்து, சேர வேண்டிய இடத்தை அடையும் பொழுது முதலில் பறவை இருந்த எடைக்கு மாறிவிடும்.

எல்லாப் பறவைகளும் பகலில்தான் பறக்குமா ? என்றாள் கௌசிகா.

இல்லை பறவைகளைப் பொறுத்துப் பகலில் பறக்கும் பறவைகள் இரவில் பறக்கும் பறவைகள் என வகைப்படுத்தப்பட்டுள்ளன. பொதுவாகச் சிறிய பறவைகள் தரையில் இருந்து 800 முதல் 1500 அடி உயரம் வரை இரவில்

பறக்கும் பழக்கத்தைக் கொண்டுள்ளன. அதுவே பெரிய பறவைகள் பகலில் பறக்கும். ஒருவித கொக்கு மற்றும் நாரை வகைப் பறவைகள் 15,000 அடி உயரம் முதல் 25,000 அடி உயரம் வரை பகலில் பறக்கும்.

பயணத்திற்குத் தேவையான ஆற்றலை உடம்பில் சேர்த்தல்

பகலில் பறக்கும் பறவைகள் இரவில் ஓய்வெடுக்கும். இரவில் பறக்கும் பறவைகள் பகலில் கிடைக்கும் நிழலில் ஓய்வு எடுக்கும். அதுமட்டுமில்லாமல் நிற்காமல் ஒரேயடியாக ஐயாயிரம் ஆறாயிரம் கிலோ மீட்டர் பறந்து போகவேண்டிய இடத்தை அடையும் பறவைகளும் உண்டு. இந்தவகைப் பறவைகளுக்கு ஆற்றல் செலவீனம் மிகக்குறைவு. அதனால் தூங்குவது கூடப் பறந்து கொண்டே தூங்கும் என்கின்றனர், ஆனால் இதுவரை ஆராய்ச்சியில் அதைக் கண்டு பிடிக்கவில்லை. மிகக் குறைந்த ஆற்றலில் இறக்கையை அடிக்காமல் அதனால் பறந்து செல்ல இயலும்.

அது சரி குடிக்கும் தண்ணீருக்குக் கோடைகாலத்தில் நாம் இவ்வளவு கஷ்டப்படுகிறோம் இத்தனை தூரம் பறக்கும் பறவை தண்ணீருக்கு என்ன செய்யும் என்றாள் கௌசிகா.

தண்ணீர் தட்டுப்பாட்டைப் பறவைகள் பலவகைகளில் சமாளிக்கின்றன. கடல் கரையிலேயே பயணிக்கும் நெடுந்தூரப் பறவையான செந்நாரை, கடல் நீரை நன்னீராக மாற்றும் அமைப்பை தனது உடம்பில் கொண்டுள்ளன. சென்னையிலும் கூடங்குளம் அணு மின் நிலையத்திலும் இது போன்று கடல் தண்ணீரை நன்னீராக மாற்றும் செயல் நடைபெறுவதைச்

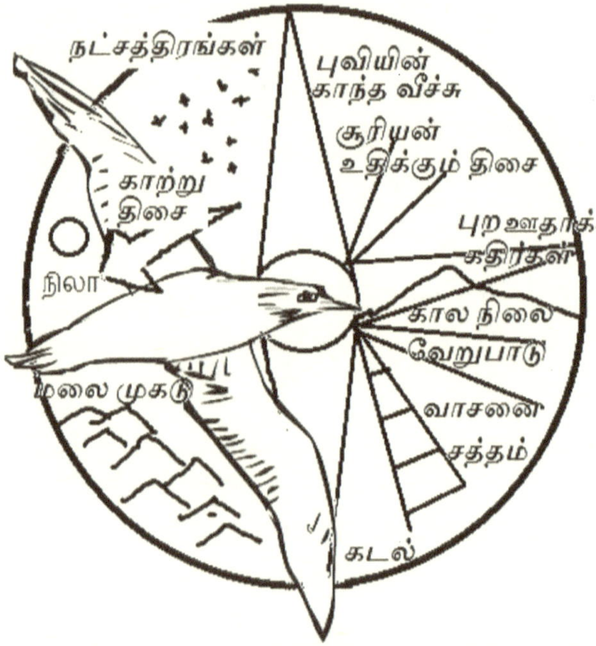

பறவை போகும் வழித்தடம் அறிதல்

செய்தித்தாளில் படித்ததைப் பகிர்ந்து கொண்டான் கோகுல்.

அதேபோல் பறக்கும் பொழுது மழை பெய்தால், மழை நீரை லாகவமாக இறக்கையிலேயே பிடித்துக் குடித்துச் சேமித்து வைக்கக்கூடிய பறவைகளும் உள்ளன. நாரை மற்றும் நீர் கோழி வகைகள் மழை நீரை சேமித்து வைக்கும் அமைப்பை உடலில் கொண்டுள்ளன. சிறிய வகைப் பறவைகள் பகலில் இடம் இருக்கும் இடத்தில் தஞ்சம் அடைகின்றன. அங்கே கிடைக்கும் தண்ணீரை கொண்டு அவை பயணம் செய்கின்றன

பறவைகளின் உடம்பில் ஐந்து விழுக்காடு நீர் உள்ளது. உணவில் இருக்கும் ஈரப்பதத்தை மட்டுமே உண்டு உயிர் வாழும் பறவைகளும் இருக்கின்றன. சில பறவைகள் அதிகமாக உண்ணும் உணவை உடம்பை சுற்றி உள்ள தசைகளின் அளவை பெரிதாக்குவதற்குப் பயன்படுத்துகிறது. பின்னர் நிற்காமல் பறக்கும் பொழுது இந்தத் தசைகளை ஆற்றலாக மாற்றுகிறது. இந்தத் தசைகளில் இருக்கும் நீர்ச்சத்தை மட்டுமே கொண்டு பறக்கும் திறமையும் அவைகளுக்கு உள்ளன.

நிற்காமல் பறவையால் எவ்வளவு தூரம் செல்ல முடியும் அதைப் பற்றி ஆராய்ச்சிகள் ஏதாவது நடத்தப்பட்டு உள்ளனவா? என்றாள் சிருஷ்டிகா

சமீபத்திய கண்டுபிடிப்பில் பறவை ஒன்று 10 ஆயிரம் கிலோமீட்டர் நிற்காமல் பறந்து, செல்ல வேண்டிய இடத்தை அடைந்ததை ஆராய்ச்சியாளர்கள் கண்டுபிடித்துள்ளனர். இந்தத் தூரத்தை கடப்பதற்கு ஒன்பது நாட்கள் இரவு பகல் பாராமல் இந்தப் பறவை பயணப்பட்டது. இந்த வேகம் இந்தியாவில் ஓடும் தொடர்வண்டியின் சராசரி வேகம் என்றால் நம்ப முடிகிறதா !

நாங்கள் எங்காவது புது ஊருக்கு சென்றால் கைப்பேசியில் கூகுள் வழித்தடத்தைப் போட்டுக்கொண்டு பார்த்து பார்த்துச் செல்கிறோம். ஆனால் இத்தனை தூரம் பயணிக்கும் இந்தப் பறவை எப்படிச் செல்லவேண்டிய இடத்தைத் துல்லியமாக அடைகிறது. வெள்ளோடு பறவைகள் சரணாலயத்திற்குப் பல ஆயிரம் கிலோமீட்டர் தொலைவில் இருந்து பறவைகள் வருவதாகக் கூறுகிறீர்கள், ஆனால் அந்தப் பறவைகள் எப்படி இந்தச் சிறிய குளத்தைக் கண்டறிந்து இங்கே வந்து சேரும் என்பது எனக்குப் புரியவில்லையே என்றாள் கௌசிகா.

பறவை தான் செல்ல வேண்டிய இடத்தைப் பல வழிகளில் கண்டுபிடிக்கிறது. சில பறவைகள் கடற்கரை ஓரமாகவே பயணிக்கும் வழிமுறையைப் பயன்படுத்துகின்றன. அதாவது சென்னையில் இருந்து கன்னியாகுமரி செல்ல வேண்டும் என்றால், நமது தொடர்வண்டி வருவதைப் போல் வராமல் சென்னையில் இருந்து கடற்கரை ஓரமாகவே பயணத்தைத் தொடர்ந்தால் நம்மால் கன்னியாகுமரியை வந்து அடைய முடியும். அதேபோல் மலைப் பகுதிகளைக் கணக்கில் வைத்து பறக்கும் பறவைகளும் உள்ளன. மேற்கு தொடர்ச்சி மலைகள் கேள்விப்பட்டிருப்பீர்கள். நாகர்கோயிலில் உள்ள மருந்துவாழ் மலையில் ஆரம்பித்துக் குஜராத் வரை தொடர்ச்சியாக இருக்கும் மேற்கு தொடர்ச்சி மலைகளின் மொத்த நீளம் ஆயிரத்து 600 கிலோ மீட்டர்களாகும். இதுபோன்று பல மலைகளையும் குன்றுகளையும் பறவைகள் ஞாபகம் வைத்துக் கொண்டு போகவேண்டிய இடத்தைக் கணிக்கின்றன.

சூரியன், நிலா மற்றும் நட்சத்திரங்களைக் கணக்கிட்டும் பறவைகள் பறக்கின்றன. அதாவது நீங்கள் இங்கே நின்று பார்த்தாலும் 100 கிலோ மீட்டர் தாண்டி உள்ள வேறொரு பகுதியில் போய் நின்று சூரியனையும் நிலவையும் பார்த்தாலும் அதே போல் தான் இருக்கும். ஏனென்றால் புவிக்கும் நிலவுக்கும் உள்ள தூரம் 3.84 லட்சம் கிலோமீட்டர். இந்த 3.84 லட்சம் மீட்டர் இடைவெளியை 100 கிலோமீட்டர் வித்தியாசத்தில் பார்த்தால் வேறுபாடு ஒன்றும் தெரியாது. இந்தத் தொழில்நுட்பத்தில் தான் நமது செயற்கைக்கோள்கள் ஏவப்படுகின்றன. அதேபோன்ற தொழில்நுட்பத்தைப் பறவைகளும் பயன்படுத்துகின்றன

காற்று வீசும் திசையை வைத்து திசையைக் கண்டுபிடித்துச் செல்லும் பறவைகளும் உள்ளன. சில பறவைகளின் உடலிலேயே காந்தத் தன்மை உள்ளது எனவும், இந்தக் காந்தத் தன்மையை வைத்து புவியின் வடக்கு தெற்கு எவை என்று கண்டுபிடித்துத் தனது பயணத்தைத் தொடர்வதாகக் கண்டுபிடித்துள்ளார்கள். ஆனால் இதைப் பற்றிய முழுமையான ஆராய்ச்சிகள் இன்னும் முற்று பெறவில்லை.

சிறிய பறவைகள் இரவில் பறப்பதாகக் கூறினீர்கள் இரவில் காரில் நான் சென்றால் எனக்குக் கண் கூசுகிறது அதுபோல் இந்தப் பறவைக்குக் கண் கூசாதா என்று கேட்டான் கோகுல்.

இரவில் நட்சத்திரங்களைப் பார்த்துச் செல்லும் சிறிய பறவைகள் நாம் எழுப்பியுள்ள வானளாவிய கட்டடங்களால் குழம்பிப் போகின்றன. தூரத்தில் இருந்து வரும் பொழுது பெரிய கட்டடத்தில் இருந்து ஒளி வருகிறதா அல்லது நட்சத்திரத்திலிருந்து ஒளி வருகிறதா என்று தெரியாமல் விபத்துக்கு உள்ளாகின்றன.

பழங்கால அரசர்கள் செய்தி அனுப்பும் பொழுது புறாவின் காலில் கடிதம் கட்டி அனுப்பினார்கள் செல்ல வேண்டிய இடத்திற்குப் பழக்கப்படுத்தி விட்டால் எவ்வளவு தொலைவில் இருந்தாலும் சரியாக அங்கே சென்று கடிதத்தைச் சேர்த்துவிடும்.

10
பறவையின் உடலமைப்பு

முன்பு நான் கேட்டது போல் இறக்கையை எனது கைகளில் கட்டிக்கொண்டு சிறகடித்து ஏன் பறக்க இயலாது என்று தனது ஐயத்தை மீண்டும் தெளிவுபடுத்தினாள் சிருஷ்டிகா.

ஏன் முடியாது என்ற பதிலைப் புரிந்துகொள்ளப் பறவையின் உடலமைப்பைப் பற்றி நன்றாகத் தெரிந்து கொள்ள வேண்டும். பறவையின் உடலுடன் இணைக்கப்பட்டுள்ள இறக்கையை வேகமாக அசைத்து சிறகடிப்பதற்கு அதனது தசைகள் முக்கியப் பங்கு வகிக்கின்றன. இந்தத் தசைகளை இரண்டு வகையாகப் பிரிக்கலாம் ஒன்று ஏற்றுந்தசை மற்றொன்று இறங்குந்தசை.

பறவையின் உடலில் தசைகள் அமைப்பு சுருங்கி விரியும் தன்மை மட்டும்தான் கொண்டது. மேலே இருக்கும் இறக்கையைக் கீழே கொண்டுவர வேண்டுமானால் தசை சுருங்கி இறக்கையைக் கீழே இழுக்கும். அவை இறங்குந்தசை என்றழைக்கப்படுகிறது. ஆனால் இறக்கையை மறுபடியும் அதே வேகத்தில் மேலே கொண்டு செல்வதற்கு இந்தத் தசைகளால் இயலாது. அதற்குப் பயன்படும் தசைகள் ஏற்றுந்தசைகள் என்று

அழைக்கப்படுகிறது. அதே நேரத்தில் இறக்கை கீழே இறங்கிய உடன் பறவையின் உடலை சுற்றி காற்றின் அழுத்தம் அதிகமாக இருப்பதால், அழுத்தத்தின் காரணமாகவும் இறக்கை மேல்நோக்கி தள்ளப்படுகிறது. அதனால் மொத்த எடையில் ஏற்றுந்தசைகளைக் காட்டிலும் இறங்குந்தசைகளின் அளவு அதிகமாக இருக்கும். பறவையின் மொத்த எடையில் இந்த இறங்குந்தசை அளவு 10லிருந்து 25 விழுக்காடு வரை இருக்கும். குறைவாகச் சிறகடிக்கும், மிதக்கும் வகைப் பறவைகளுக்கு தசைகள் குறைவாகவும். வேகமாகச் சிறகடிக்கும் பறவைகளுக்கு தசைகள் அதிகமாகவும் இருக்கும்.

இன்று நாம் பார்த்த புறாவிற்கு இந்தத் தசைகளின் அளவு எவ்வாறு இருக்கும் என்று கூறினால் நன்றாக இருக்கும் என்றான் கோகுல்

புறாவை எடுத்துக்கொண்டால் ஏற்றுந்தசை இறங்குந்தசையின் அளவில் மூன்றில் ஒரு பங்கு அளவு இருக்கும். அதுவே ஒரு வகைக் கடல் பருந்தை பார்க்கும் பொழுது ஏற்றுந்தசை இறங்குந்தசையின் எடையில் 5 விழுக்காடு தான் இருக்கும். மேலும் இந்த ஏற்றுந்தசை இறக்கையை வேண்டியபடி வளைத்துத் திருப்பிப் பறவையின் பயணத்தை மாற்றவும் இறங்கவும் பயன்படும் ஒரு தசையாகும்.

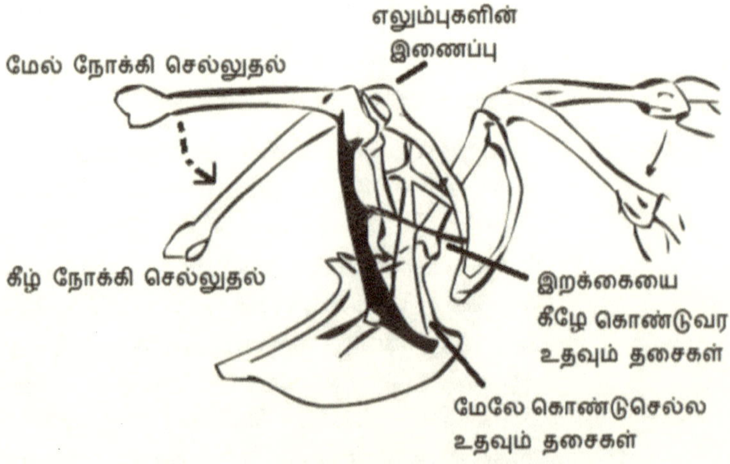

பறவையின் தசை மண்டலம்

பறவை பறக்கும் பொழுது தேவைப்படும் ஆற்றலைப் ஒப்பிட்டால் மனிதன் உருவாக்கும் ஆற்றலை விடப் பலமடங்கு அதிகமாக இருக்கும்.

ஒரு நாள் நீ எவ்வளவு உணவு சாப்பிடுவாய் ? ஒவ்வொருவரும் தாங்கள் வழக்கமாகச் சாப்பிடும் உணவின் அளவை கூறினார். என்றாவது ஒரு நாள் எந்த வேலையும் இல்லாமல் வீட்டில் தூங்கிக் கொண்டிருந்தால் நீங்கள் சாப்பிடும் உணவில் ஏதாவது மாற்றம் இருக்கிறதா ? மாற்றம் இருக்கிறது சிறிது அளவு குறைவாகச் சாப்பிடுவோம். ஆனால் மூன்று வேளையும் உணவு சாப்பிடுவோம்.

கடுமையாகக் காலையிலிருந்து மாலை வரை காட்டில் வேலை செய்தாலும் பள்ளிக்கூடம் சென்றாலும் நீங்கள் சாப்பிடும் உணவில் மாற்றம் இருக்கிறதா. பெரிதாக மாற்றம் இருப்பதாக எங்களுக்குத் தெரியவில்லை என்றனர். அதாவது மனிதன் வேலை செய்தாலும் செய்யவில்லை என்றாலும் அவன் உடலில் நடக்கும் வளர்சிதை மாற்றங்களுக்கு ஆற்றல் தேவைப்படுகிறது. நாம் இரவில் தூங்கும் பொழுதும் நமது உடலுக்கு ஆற்றல் தேவை. ஆனால் அது வேலை செய்யும் போது தேவைப்படும் ஆற்றலை விடக் குறைவாக இருக்கும்.

உதாரணத்திற்கு ஒரு மனிதன் எந்த வேலையும் செய்யாமல் ஓய்வு நிலையிலேயே இருப்பதாக வைத்துக்கொள்வோம். அப்படியே இருந்தாலும் வளர்சிதை மாற்றங்கள் நிகழ்வதால் மனித உடலுக்கு ஆயிரத்திலிருந்து 1500 கிலோ கலோரி வரை ஆற்றல் தேவைப்படும். அதுவே நீங்கள் ஒரு நாள் முழுவதும் நிற்காமல் பல கிலோ மீட்டர் தூரம் நடந்து சென்றால் உங்கள் ஆற்றல் செலவீனம் மேலே கூறியதை போல் இரு மடங்கு தான் ஆகும். வேகமாக ஓடும் போதும் மிதிவண்டி ஓட்டும்போதும் ஆற்றல் செலவினம் அதிகரிக்கும். ஆனால் ஒரு நாள் முழுவதும் நம்மால் நிற்காமல் ஓட இயலாது. அதனால் சராசரியாக வேலை செய்யும் பொழுது நமது உடலுக்குத் தேவைப்படும் ஆற்றல் ஓய்வு நிலையில் இருப்பதைப் போல் அதிகபட்சமாக இரண்டு மடங்கு வரை மட்டுமே தேவைப்படும்.

இதுவே பறவைகளை எடுத்துக்கொண்டால் பறவை வேலை செய்யாமல் மரத்தின் கிளையில் ஓய்வெடுக்கும் போது

தேவைப்படும் ஆற்றலைப் போல் அது பறக்கும் போது 5 இல் இருந்து 10 மடங்கு வரை ஆற்றல் தேவையை உருவாக்கக்கூடிய வல்லமை பெற்றது. இது சிறகடிக்கும் பறவைகளுக்கு அதிகமாகவும் மிதந்து செல்லும் பறவைகளுக்குக் குறைவாகவும் இருக்கும். உதாரணத்திற்கு அதிகமாகச் சிறகடிக்கும் ரீங்கார பறவை பறக்கும் போது தேவைப்படும் ஆற்றலை ஒலிம்பிக் போட்டியில் மாரத்தான் போட்டியில் ஓடும் வீரர்களின் ஆற்றல் தேவையுடன் ஒப்பிடும் பொழுது 20 மடங்கு அதிகமாக இருக்கும். மிதந்து செல்லும் கடல் பறவைகளில் இது ஐந்து மடங்காகத் தான் இருக்கும்.

அப்படி என்றால் நம்மை விட பறவைகள் அதிகமான ஆற்றலை உருவாக்குகிறது என்று கூறுகிறீர்களா?

பறவை உருவாக்கும் ஆற்றலையும் மனிதன் உருவாக்கும் ஆற்றலுடன் ஒப்பிட்டுப் பார்க்கும் பொழுது 50 கிலோ எடையுள்ள ஒரு மனிதன் மணிக்கு 20 கிலோ மீட்டர் வேகத்தில் மிதிவண்டி பயணம் செய்தால் அவன் உருவாக்கும் ஆற்றல் நமது வீட்டில் இருக்கும் இரண்டு மின்விசிறிகளை உபயோகிக்கப் போதுமான ஆற்றலுக்குச் சமமாக இருக்கும். அதுவே ஒரு கிலோ எடை உள்ள ஒரு பறவை பறக்கும் பொழுது குறைந்தது ஒரு மின் விசிறிக்குத் தேவைப்படும் ஆற்றலை உருவாக்குகிறது. மூன்று கிலோ இருக்கும் பறவை உருவாக்கும் ஆற்றலை கூட 50 கிலோ இருக்கும் மனிதனால் உருவாக்க முடியாது. அதனால் மனிதன் பறவையைப் போல் தசைகளை இயக்கி ஆற்றலை உருவாக்கி பறக்க இயலாது. ஏன் இறக்கையைக் கட்டி உன்னால் பறக்க முடியாது என்ற கேள்விக்கு இப்போது தெளிவான பதில் கிடைத்திருக்கும் என்று நம்புகிறேன்.

ஆற்றல் உருவாக்கும் திறனை கணக்கிட்டாலும் பறவைகள் மனிதனை விட நான்கு மடங்கு ஆற்றலை உருவாக்க கூடிய திறன் கொண்டவை. அதாவது ஒரு கிலோ எடைக்கு மனிதனால் அதிகபட்சமாக 25 வாட் என்ற ஆற்றலை உருவாக்க முடியும். அதுவே பறவை பறக்கும் பொழுது ஒரு கிலோ எடைக்கு 100 வாட் என்ற ஆற்றலை உருவாக்க முடியும். 7 கிலோ எடை இருக்கும் ஒரு கழுகு தனது இரையைப் பிடித்துக்கொண்டு பறக்கும் பொழுது ஒரு குதிரைத்திறன் அளவுள்ள ஆற்றலை உருவாக்கும் என்றால் நம்ப முடிகிறதா !

அவசியத்திற்கு உடலுக்கு ஆற்றல் தேவைப்படும் பொழுது மனிதன் உடலில் இருக்கும் சர்க்கரையில் இருந்து ஆற்றலைப் பெறுகிறான். ஆனால் பறவைகள் உடலில் சேமித்து வைக்கும் கொழுப்பிலிருந்து ஆற்றலைப் பெறுகின்றன. நாம் பெறும் சர்க்கரையில் இருந்து கிடைக்கும் ஆற்றலை விட இரண்டு மடங்கு ஆற்றல் கொழுப்பில் உள்ளது. அதிகமாகக் கொழுப்பை சேமித்து வைக்க முடியாத ரீங்கார பறவைகள் சர்க்கரை நீர், மற்றும் தேனிலிருந்து ஆற்றலைப் பெறுகின்றன. அதற்காக எப்பொழுது எல்லாம் அவற்றுக்கு உணவு தேவைப்படுகிறதோ அப்போது தேனை உறிஞ்சிக் கொண்டு தனது உணவுத் தேவையைச் சரி செய்கின்றன.

நாம் நடப்பதற்கும் ஓடுவதற்கும் என்ன வித்தியாசம்? ஓடும் பொழுது நமக்கு என்ன நடக்கிறது என்று யாராவது கூறுங்கள். வேகமாக ஓடினாள் மூச்சிரைக்கும். ஓடி முடித்துவிட்டு மூச்சு வாங்குவேன் என்றான் கௌதம்.

அதாவது நமது உடல் அதிகமான வேலை ஏதாவது செய்ய வேண்டி வந்தால் அதற்குப் பிராண வாய்வு அதிகமாகத் தேவைப்படுகிறது. உடலில் உள்ள எல்லாப் பகுதிக்கும் சத்துக்களையும் பிராண வாயுவையும் கொண்டு செய்யும் வேலையை நமது இதய மண்டலம் செவ்வனே செய்கிறது. நாம் சுவாசிக்கும் காற்று நுரையீரல் அடங்கிய சுவாச மண்டலத்தில் இருந்து ரத்தத்திற்குக் கடத்தப்படுகிறது. அங்கே பிராணவாயு அடங்கிய ரத்தம் உடலின் எல்லாப் பகுதிகளுக்கும் செலுத்தப்பட்டு, கரியமில வாயு உள்ள ரத்தம் திரும்பப் பெறப்படுகிறது. நீங்கள் வேகமாக ஓடும் பொழுது உடலுக்குத் தேவையான ஆற்றலை கொடுக்கப் பிராணவாயுவின் அளவு அதிகம் தேவைப்படுகிறது.

ஓடும் பொழுது நமது நுரையீரல் அதிகமாகத் தேவைப்படும் காற்றை உள்வாங்க மூச்சு வாங்கும் வேலையை அதிகப்படுத்துகிறது. அதனால் தான் நமக்கு மூச்சு இறைக்கிறது. நமது உடல் எடையுடன் காற்று மண்டலத்தின் எடையை ஒப்பிட்டுப் பார்க்கும் பொழுது பறவைகள் நம்மை விட 50 விழுக்காடு அதிகத் திறன் கொண்ட சுவாச மண்டலத்தைக் கொண்டுள்ளன. அதனால் அவை பறக்கும் பொழுது

தேவைப்படும் அதிகப் பிராணவாயுவை மிக எளிதில் பெறமுடிகிறது. மேலும் அதன் எலும்புகள் ஓட்டையுடன் கூடிய எலும்புகள் ஆக உள்ளன.

பறவை மற்றும் விலங்குகள் பயணப்படும் வேகத்திற்கும் அதன் இதயத்தின் அளவுக்கும் ஏதாவது சம்பந்தம் இருக்கிறதா அதைப்பற்றி கொஞ்சம் விளக்குங்களேன் என்றாள் சிருஷ்டிகா

ஒவ்வொரு விலங்கிற்கும் அதிகபட்சமாகத் தேவைப்படும் பிராண வாயுவின் அளவை பொறுத்து அவற்றின் இதயத்தின் அளவும் வேறுபடுகிறது. மனிதனின் இதயம் சராசரியாக நமது மொத்த எடையில் *0.4* விழுக்காடு தான் இருக்கும். அதுவே வீட்டில் வளர்க்கப்படும் நாய்களுக்கும் பந்தயத்தில் ஓடும் குதிரைகளுக்கும் *0.8* விழுக்காடு வரை இருக்கும். ஆனால் சாதாரணமாகப் பறவைகள் அனைத்திற்கும் அவைகளின்

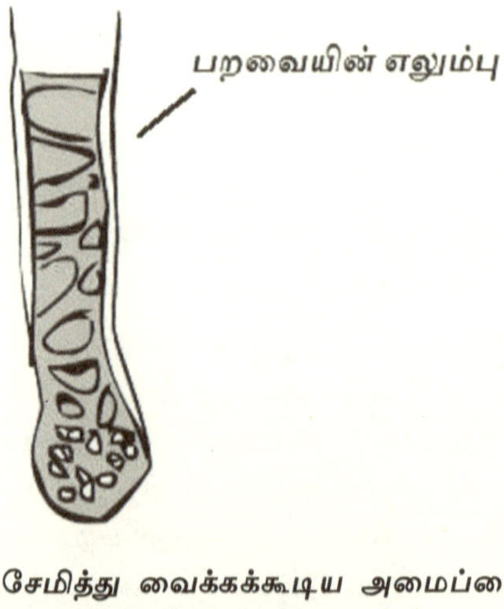

காற்றைச் சேமித்து வைக்கக்கூடிய அமைப்பைக் கொண்ட பறவைகளின் எலும்புகள்

இதயத்தின் எடை மொத்த எடையில் ஒரு விழுக்காட்டுக்கும் மேலே இருக்கும். நமது காட்டு கோழியைப் போன்ற ஒரு பறவை அமெரிக்கக் காடுகளில் வாழ்கிறது. அதன் இதயம் அதன் மொத்த எடையில் 1.8 விழுக்காடாக உள்ளது. இந்தப் பறவை சிறகு அடிப்பதின் மூலமாக வேகமாகச் செல்லும் வழியைப் பின்பற்றுவது, மேலும் தனது இறக்கையைப் பல விதங்களில் ஆட்டுவதன் மூலம் ஒலியை உண்டாக்கும் திறமையும் பெற்றுள்ளது. எடை அதிகமான இதன் இறக்கையை அசைப்பதற்கு அதிகப்படியான ஆற்றலை செலவழிப்பதால் அதற்குத் தகுந்தார் போல் அதன் இதயம் உருவாக்கப்பட்டுள்ளது.

நாம் ஓடும் பொழுது உடலுக்குத் தேவைப்படும் பிராண வாயு அதிகமாகிறது என்று பார்த்தோம். சாதாரணமாக நாம் நமது வேலையைச் செய்யும் பொழுது நமது இதயம் வினாடிக்கு 60 லிருந்து 70 முறை துடிக்கும். அதுவே இப்பொழுது நீ ஓடி வந்தாய் அல்லவா அப்பொழுது 100 நூறு முறை வரை துடிக்கும். அதிவேக ஓட்டப்பந்தயத்தில் ஓடும் விளையாட்டு வீரருக்கு அதன் அளவு 180 வரை செல்லும். இது பறவைகளுக்கு எப்படி மாறுகிறது என்பதைப் பறவைகளில் நுண்ணிய மின்னணு சாதனங்களை வைத்து ஆராய்ச்சிகள் செய்தனர்.

வேகமாகப் பறக்கும் வாத்து வகைகளிடம் இந்த ஆராய்ச்சி நடைபெற்றது. வெவ்வேறு நிலைகளில் அதனுடைய இதயத்துடிப்பின் அளவுகள் கண்காணிக்கப்பட்டன. ஓய்வு நிலையில் இருக்கும் பொழுது அதன் இதயத் துடிப்பு வினாடிக்கு 72 முறை துடித்தது. அதுவே பறக்க ஆரம்பிக்கும் பொழுது 150 முறையும், மணிக்கு 14 கிலோமீட்டர் வேகத்தில் பறக்கும் பொழுது 260 முறையும், அதன் உச்சபட்ச வேகமான மணிக்கு 70 கிலோமீட்டர் வேகத்தில் பறக்கும் பொழுது 510 முறையும் அதன் இதயம் துடிப்பதை கண்டு பிடித்தனர். அதாவது ஓய்வு நிலையில் இருந்ததை விடச் சுமார் 7 மடங்கு அதிகமாகப் பிராண வாயு தேவைப்பட்டது என்பது இந்த ஆய்வின் மூலம் தெளிவானது.

நாம் நுரையீரலில் காற்றைச் சேமித்து வைப்பதுபோல் பறவைக்குக் காற்றைச் சேமிக்க வேறு உடல் பாகங்கள் ஏதாவது இருக்கின்றனவா?

உயரே பறக்கும் பொழுது அதிகமாகத் தேவைப்படும் பிராண வாயுவை தனது எலும்புகளில் சேமித்து வைக்கும் தொழில்நுட்பத்தைப் பறவைகள் பயன்படுத்துகின்றன. அதுமட்டுமில்லாமல் பறக்க வேண்டிய பொருள் எடை குறைவாக இருக்க வேண்டியது மிகவும் அவசியம். அதற்காகப் பறவைகளின் எலும்புகள், மனித எலும்புகளை விட 30 % அடர்த்தி அதிகமாக இருந்தாலும் அவை ஓட்டை உடைய எலும்பு ஆக இருப்பதால் எடை குறைவான அதே நேரத்தில் வலுவான, மேலும் தேவையான காற்றைச் சேர்த்து வைக்கும் முறையில் அவற்றின் எலும்பு மண்டலம் உள்ளது.

பறவையின் எலும்பின் வடிவமைப்பை பார்த்த மனிதன், முதலில் தான் தயாரித்த உலோகத்தாலான விமானங்களில் இருந்து செயற்கை நூல் இலையால் செய்யப்பட்ட விமானங்களை உருவாக்க ஆரம்பித்தான். இந்தச் செயற்கை நூலிழைகளால் (composite) செய்யப்பட்ட விமானப் பாகங்கள் உலோகத்தால் செய்யப்பட்ட பாகங்களை விட எடை குறைவாகவும் அதிக வலு உள்ளதாகவும் பறவையின் எலும்பு போல் இருக்கும். 1970களில் ஐந்து சதவீதம் மட்டுமே இருந்த விமானத்தில் பயன்படுத்திய செயற்கை நூலிழைகள் 2020இல் உருவாக்கப்பட்ட எடை குறைந்த அதிநவீன விமானங்களில் 50 விழுக்காடாக உயர்ந்துள்ளது. இதனால் விமானத்தின் ஆற்றல் செலவினம் பெருமளவு குறைக்கப்பட்டுள்ளது.

11
பறவை ஏன் கூட்டமாகப் பறக்கிறது?

ஏன் சில பறவைகள் மட்டும் கூட்டமாகப் பறக்கின்றன. சில பறவைகள் தனியாகப் பறக்கின்றன அது பற்றியும் கொஞ்சம் கூறுங்கள் என்றாள் கௌசிகா.

தொலை தூர பயணத்தை மேற்கொள்ளும் பறவைகள் பொதுவாகக் கூட்டமாகத் தான் செல்லும் ஏனென்றால் தனது மொத்த கூட்டத்தையும் ஓரிடத்திலிருந்து மற்றொரு இடத்திற்கு மாற்றுகிறது. அவ்வாறு செல்லும் பொழுது கடந்த முறை பயணம் மேற்கொண்ட வளர்ந்த பறவைகள் கூட்டத்தை வழி நடத்துவதில் உதவுகின்றன.

அதாவது ஒரு இடத்திற்கு நீங்கள் பலமுறை பயணப்படும் போது அங்கே செல்வதற்கான சாலைகள் தெளிவாக உங்கள் மனதில் பதிவதை போலப் பறவைகளும் பலமுறை செல்லும்போது புதிதாகப் பறக்கத் தொடங்கும் பறவைகளுக்கு வழிகாட்டுகிறது. சிறிய பறவைகளையும் குட்டி பறவைகளையும் காப்பதில் இந்தப் பெரிய பறவைகள் பங்கு முக்கியமானது. ஆனால் நமது ஊரில் பறக்கும் சிட்டுக் குருவி மற்றும் காகம் ஆகியவை பெரும்பாலும் தனியாகத்தான் பறக்கும்.

கழுகு வகைகள், வேட்டையாடுவதற்காக வரும் பொழுது தான் நமது கண்களில் படுகின்றன. வேட்டையில் எதற்குப் பங்கு கொடுத்துக்கொண்டு என்று தனியாளாக வருகிறது. தொலை தூர பயணத்தின் போது இந்தப் பறவைகள் ஒரு குறிப்பிட்ட வடிவத்தில் பறப்பதை நீங்கள் காணலாம். அதில் மிகவும் பிரசித்தி பெற்ற வடிவமைப்பு ஆங்கில எழுத்தில் உள்ள V போன்ற வடிவமைப்பு.

பல பறவைகள் இது போன்ற வடிவமைப்பில் பறக்கின்றன. நெடுந்தூரம் பறக்கும் கொக்கு வகைகளை இந்தச் சரணாலயத்திற்கு அடுத்துள்ள உங்கள் கிராமத்தில் இப்படிப் பறப்பதை நீங்கள் அடிக்கடி காணமுடியும். இதில் ஒரு அறிவியல் உண்மை இருக்கிறது.

ஒரு சிறிய கல்லை எடுத்து அங்கே இருக்கும் தண்ணீர் தொட்டியில் போட்டு பார்த்துவிட்டு என்ன நடக்கிறது என்று வந்து என்னிடம் நால்வரும் கூறுங்கள். அவ்வாறு செய்துவிட்டுக் கோகுல் கூறினான் கல்லை தண்ணீரில் போடும் பொழுது சிறிய வட்ட வடிவமாகக் கல் போடப்பட்ட இடத்தில் இருந்து அலைகள் உருவாகி அவை பெரிய பெரிய வட்ட வடிவமாகச் செல்வதைப் பார்த்தோம்.

தொலைதூரப் பயணத்தின்போது பறவைகளின் அணிவகுப்பு முறை

இதேபோன்ற ஒரு செயல்தான் காற்றில் வேகமாக ஒரு பொருள் பயணிக்கும்போது நடைபெறுகிறது. ஆனால் காற்றில் ஏற்படும் இந்தச் சுழலை நம்மால் காண முடியாததால் காற்றில் எப்படி நடைபெறுகிறது என்பதை நம்மால் புரிந்துகொள்ள இயலவில்லை.

நாம் செல்லும் வேகத்திற்கு ஏற்ப காற்றிலிருந்து ஏற்படும் உராய்வு விசையும் அதிகரிக்கிறது. இந்த உராய்வு விசையைக் குறைப்பதற்குக் காற்றைக் கிழித்துக்கொண்டு செல்லும் கூர்மையான பகுதி தேவைப்படுகிறது. அதனால்தான் ஏவு ஊர்தி மேலே கிளம்பும் பொழுது அதன் முனைப்பகுதியில் கூர்மையான வெப்பக் கவசம் உள்ளது. அதே போல் மணிக்கு 300 கிலோ மீட்டர் வேகத்தில் செல்லும் பந்தயக் கார்களிலும் காற்றைக் கிழித்துக்கொண்டு செல்லும் முக அமைப்பு உள்ளது.

அதுமட்டுமில்லாமல், மணிக்கு 200 கிலோ மீட்டர் வேகத்திற்கு மேல் செல்லும் மகிழுந்துகளில் வேகம் அதிகரிக்கும் போது அதன் உயரத்தை குறைக்கக்கூடிய அமைப்புகள் இருக்கின்றன. இது காற்றினால் ஏற்படும் உராய்வு விசையைக் குறைப்பதற்கும்

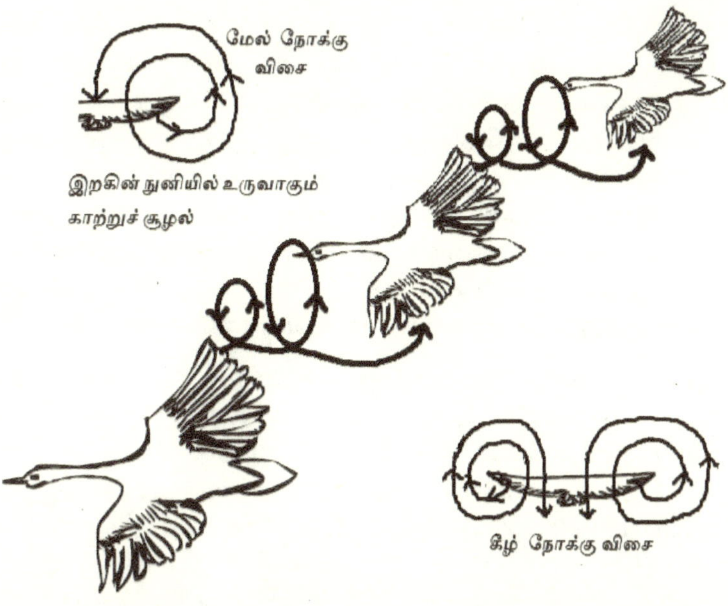

V வடிவத்தில் பறக்கும்போது அதனால் உருவாகும் சுழல்

வளைவில் வேகமாகத் திரும்பும்பொழுது மகிழுந்து கவிழ்ந்து விடாமல் இருப்பதற்கும் உதவிசெய்கிறது. இதே போன்ற ஒரு உத்தியை ஒவ்வொரு பறவையும் அதன் உச்சபட்ச வேகத்தில் செல்லும் பொழுது கையாளுகின்றன. உதாரணத்திற்கு வல்லூறு மணிக்கு 80 கிலோ மீட்டர் வேகத்திலும், புறா மணிக்கு 50 கிலோ மீட்டர் வேகத்திலும் பறக்கும் பொழுதும் தனது இறக்கையை, சாதாரண நீளத்தில் வைத்திருப்பதை விடச் சிறிது நீளம் குறைந்த மாதிரி இருக்குமாறு வைத்துக்கொண்டு பறக்கிறது.

பறவை பறக்கும் பொழுதும் இதே போன்ற பிரச்சனைக்கு உள்ளாகிறது. ஒவ்வொரு பறவையும் தனியாகப் பறக்கும் பொழுது பறப்பதற்குத் தனியாக ஆற்றல் செலவினம் மேலும் இந்தக் காற்றைத் தள்ளிக் கொண்டு செல்வதற்கான ஆற்றல் செலவீனம் என நிறைய ஆற்றல் செலவாகிறது. இதைக் குறைப்பதற்காக அவை கண்டுபிடித்த தொழில்நுட்பமே இந்த V-வி வடிவம்.

நடுவில் ஒரு பறவை பறக்கும் அதற்குப் பிறகு இரண்டு புறமும் பறவைகள் பறக்கும். இவ்வாறு முதலில் பறக்கும் பறவை காற்றில் இருந்து வரும் உராய்வு விசையை எதிர்கொள்கிறது. அதனால் அந்தப் பறவை அதிக ஆற்றலை உபயோகித்துப் பறக்க வேண்டிய கட்டாயத்தில் இருக்கும். எப்படிக் கல்லை தண்ணீரில் போடும் பொழுது ஒரு சுழல் உருவாகியதோ அதேபோல் இந்தப் பறவை காற்றைக் கிழித்துக்கொண்டு செல்லும் பொழுதும், ஒரு காற்று சுழல் உருவாகிறது. இந்தக் காற்று சுழல் பறவையின் இறக்கை கீழ்ப்பகுதியில் ஆரம்பிக்கும் அதன்பிறகு வரும் இரண்டாவது பறவை முதல் பறவையை விடச் சற்று உயரத்தில் பின்னால் போகுமாறு தங்கள் பாதையை வடிவமைக்கின்றன.

அப்படிச் செய்யும் பொழுது காற்றைக் கிழித்துக்கொண்டு செல்லும் பறவையில் இருந்து உருவாகும் சுழல் மேல் நோக்கி வருகிறது. இந்த மேல் நோக்கி வரும் சுழலை அதன் பின்னால் வரும் பறவை தனக்குச் சாதகமாகப் பயன்படுத்தி ஆற்றல் செலவினத்தைக் குறைகிறது. இவ்வாறு கூட்டமாக V-வி வடிவத்தில் பறப்பதால் பறவைகளின் மொத்த ஆற்றல் செலவீனம் 10லிருந்து 20 விழுக்காடு வரை குறைவதாக ஆராய்ச்சிகள் தெரிவிக்கின்றன.

இந்தத் தொழில்நுட்பத்தை நாம் ஏன் பயன்படுத்துவது இல்லை? கூட்டத்திற்குத் தலைவனாகச் செல்லும் பறவை விரைவில் களைத்துப் போய் விடாதா? என்றான் கோகுல்.

இது மாதிரியான தொழில்நுட்பத்தை அரங்கிற்கு உள்ளே நடக்கும் மிதிவண்டி போட்டியில் நீங்கள் காணலாம். அரங்கத்திற்கு உள்ளே நடக்கும் மிதிவண்டி போட்டியில் போட்டியாளர்கள் மணிக்கு 40 கிலோ மீட்டருக்கும் கூடுதலான வேகத்தில் பயணப்படுவார். அவர்கள் காற்றிலிருந்து ஏற்படும் உராய்வை குறைப்பதற்காக வளைந்து கைகளைக் கொண்ட மிதிவண்டியை பயன்படுத்துவார்கள். இருந்தபோதும் முதலில் செல்பவருக்குக் காற்றின் உராய்வு விசை அதிகமாக இருக்கும். அவர் சிறிது நேரம் முதல் நிலையில் சென்றுவிட்டுத் தனக்குக் களைப்பாக இருப்பதை உணர்ந்த உடன் மீண்டும் கடைசி இடத்திற்குச் சென்று விடுவார்.

இரண்டாம் நிலையில் இருந்தவர் முதல் இடத்திற்கு வருவார். இது நாம் பறவையில் இருந்து கற்றுக்கொண்ட தொழில்நுட்பம். தனது கூட்டத்திற்குத் தலைமை தாங்கும் முதல் பறவை அதிக ஆற்றல் செலவினத்தை உபயோகித்துக் கூட்டத்தை வழி நடத்தும். அதனால் போதுமான வேகத்தில் செல்ல முடியவில்லை என்று தெரிந்தவுடன் தனது முதல் நிலையிலிருந்து கடைசி நிலைக்குச் சென்றுவிடும். அப்பொழுது இரண்டாம் நிலையில் இருக்கும் பறவை முதல் நிலைக்கு வந்து கூட்டத்தை வழி நடத்தும். உங்கள் அனைவரிடமும் ஒரு வேலையை நான் கொடுத்தால், நான் பார்க்காத பொழுது ஏமாற்றுகிறீர்கள். அதேபோல் இந்தப் பறவை கூட்டத்திலும் ஏமாற்றும் பறவைகள் இருக்கின்றனவா ? இல்லையா? அல்லது அந்தக் கலை மனிதனுக்கு மட்டுமே தெரிந்த கலையா ? என்பது இதுவரை கண்டுபிடிக்கப்படவில்லை.

அதிவேகமாகப் பறக்கும் இராணுவ விமானங்களும் இந்தப் பறவையின் தொழில்நுட்பத்தைப் பயன்படுத்தி V-வடிவத்தில் பயணப்படுவது நீங்கள் தொலைக்காட்சியில் காணலாம்.

பறவைகள் கூட்டமாகச் செல்வதால் இது பயனைத் தரும். ஆனால் விமானம் தனியாகத்தானே செல்கிறது அப்பொழுது என்ன செய்வது?

பறவைகளின் உண்டாகும் காற்று சுழல் விமானம் பறக்கும் போது உண்டாகும். ஆனால் பயணியர் விமானங்கள் கூட்டாகப் பறக்காமல் தனியே தான் பறக்கின்றன. இவ்வாறு காற்றுச் சுழலினால் உருவாகும் காற்று விமானத்தின் இறக்கையில் நுனியில் மேல் நோக்கி சென்று ஆற்றல் இழப்பை ஏற்படுத்துவதைத் தவிர்ப்பதற்காக விமானத்தின் நுனியில் சிறப்பு வடிவமைப்புகள் கொடுக்கப்பட்டு இருக்கும். இதனால் விமான நிறுவனங்கள் ஆண்டுக்கு கோடிக்கணக்கான ரூபாய் மதிப்புள்ள எரிபொருளை சேமிக்கின்றன. வேகமாகச் செல்லும் விமானங்களுக்குக் காற்று சுழலால் ஏற்படும் ஆற்றல் இழப்பு குறைவான வேகத்தில் செல்லும் விமானத்தை விடக் குறைவாக இருக்கும்.

12

பறவைக்கு இயற்கையின் உதவி

பறவை பறக்கும் பொழுது தனது இறக்கையைப் பயன்படுத்தி ஆற்றல் செலவீனம் இல்லாமல் பறக்கும் வல்லமை பெற்றது என்று கூறினீர்கள். அது போன்று இயற்கை வேறு எந்தெந்த வகையில் பறவைக்கு உதவி செய்கிறது என்பதைப் பற்றி மேலும் கூற முடியுமா என்றாள் கௌசிகா.

சுடு நீருக்கும் குளிர்ந்த நீருக்கும் இடையே உருவாகும் அடர்த்தி வேறுபாட்டை நீல நிற மையைக் கொண்டு அறிந்துகொள்ளும் கௌதம்

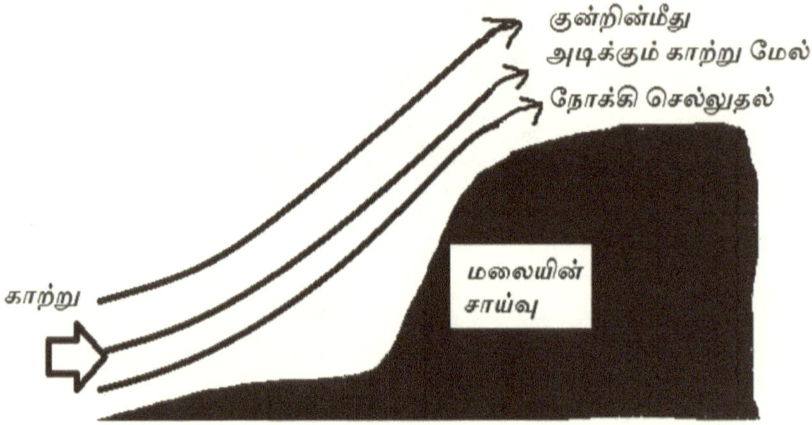

குன்றுகளில் காற்றின் பாதை

கண்டிப்பாகக் கூறுகிறேன். பறவைகள் பறக்க ஆரம்பிக்கும் பொழுது உயரே செல்வதற்கு மூன்று விதமான தொழில் நுட்பங்களைப் பயன்படுத்துகின்றன. இந்த மூன்று விதமான தொழில்நுட்பங்களில் இயற்கை ஏதாவது ஒரு விதத்தில் பறவைகளுக்கு உதவி செய்கிறது. அதில் முதலாவது வகைப் பறவை உயரே செல்ல கீழ் இருக்கும் காற்று மேல் நோக்கி செல்ல வேண்டும் கீழிருக்கும் காற்று மேல் நோக்கி செல்வதாக வைத்துக்கொள்வோம். பறவையும் இந்த மேல்நோக்கி செல்லும் காற்றில் இருந்தால் அதுவும் மேலே சென்று விடும்.

ஒரு குன்று அல்லது மலைப் பகுதியை நோக்கி வீசும் காற்றுச் சமதளத்தில் இருந்து வீசும் பொழுது வேகமாகச் சென்று அந்தக் குன்றை அடையும்பொழுது குன்றின் மீது தவழ்ந்து மேல் நோக்கிச் செல்லும். மேல்நோக்கி சென்றுவிட்டு நேராக அந்தக் காற்று குன்றின் உயரத்தில் அல்லது அதற்கு மேலே செல்லும். பறவை தான் உயரே போக வேண்டும் என்று முடிவு செய்தால் பயணத்தை இந்தக் குன்றுக்கு அருகிலோ அல்லது மலைகளுக்கு அருகிலோ தொடங்கும். மேலே செல்லும் காற்றின் ஊடே தனது பயணத்தைத் தொடரும். இது முதலாவது வகை.

இரண்டாவது வகையை அறிந்து கொள்வதற்கு முன்பு சூடான பொருளுக்கும் குளிர்ந்த பொருளுக்கும் அடர்த்தி

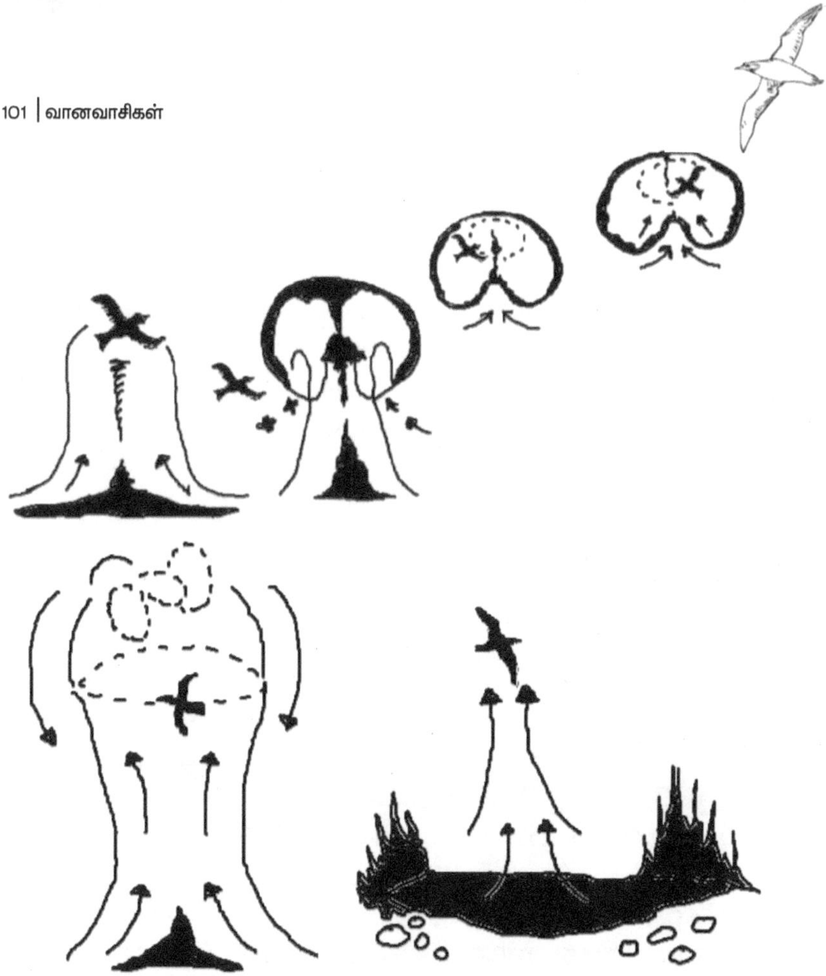

வெப்ப வேறுபாட்டால் மேலே செல்லும் காற்று

எவ்வாறு வேறுபடுகிறது என்பதைப் புரிந்து கொள்ள வேண்டும். ஒரு கண்ணாடி டம்ளரில் குளிர்சாதன பெட்டியில் இருக்கும் குளிர்ந்த நீரை கீழே ஊற்றி விட்டு மேலே தேனீர் போடுவதற்குச் சூடு செய்த தண்ணீரை ஊற்றி பார் என்ன நடக்கிறது. என்று என்னிடம் கூறுங்கள்.

நாங்கள் அவ்வாறு ஊற்றி பார்த்தோம் அதில் கீழே உள்ள தண்ணி குளிர்மையாக நீண்ட நேரம் அப்படியே இருந்தது. மேலே இருந்த தண்ணீர் சுடாக இருந்தது. இதுவே நீங்கள், உங்கள் செய்முறையை மாற்றிச் செய்தால் கீழே சுடு நீரும் மேலே குளிர்ந்த நீரும் ஊற்றப்படும் பொழுது கீழே இருக்கும் நீர் மேல் நோக்கி செல்ல முயற்சிக்கும். மேலே இருக்கும் நீர் கீழ் நோக்கி செல்ல முயற்சிக்கும். அதனால் இரண்டும் கலந்து

கண்ணாடி டம்ளரில் உள்ள அனைத்து நீரும் மிக விரைவில் ஒரே போல் சூடாகி விடும்.

குளிர்ந்த நீரின் அடர்த்தி வெந்நீரை காட்டிலும் அதிகமாக இருக்கும். எனவே குளிர்ந்த நீர் கீழே தங்கிவிடுகிறது. சூடான நீர் மேலே செல்கிறது. ஒரு பாத்திரத்தில் தண்ணீரை அடுப்பில் சூடு செய்யும் பொழுது இந்த நிகழ்வு தொடர்ந்து நடைபெறுவதால், கீழே சூடாகும் நீர் மேலே வருகிறது. மேலே இருக்கும் நீர் கீழே செல்கிறது இப்படியாகப் பாத்திரத்தில் உள்ள அனைத்து நீரும் சூடாகின்றன.

எடை குறைந்த நீர் மேலே வருவதற்கும் சூடான காற்று மேலே செல்வதற்கும் ஒரே அறிவியல் தான் காரணமா? என்றாள் சிருஷ்டிகா

மேலே கூறிய நிகழ்வு வளிமண்டல காற்றிலும் நடைபெறுகிறது. ஏதாவது ஒரு காரணத்தினால் காற்றுச் சூடாகும் பொழுது அந்தச் சூடான காற்றுத் தரைப்பகுதியில் இருந்து மேல் பகுதியை நோக்கி செல்ல முயற்சிக்கும். இந்த வாய்ப்பை நல்ல முறையில் பயன்படுத்திப் பறவையும் இந்தச் சூடான காற்றுடன் பயணித்துத் தனது மேல் நோக்கிய பயணத்தைச் மேற்கொள்கிறது. ஆனால் எப்பொழுது இந்தக் காற்றுச் சூடாகிறது என்பது பலவாறு வேறுபடும். உதாரணத்திற்கு இரவில் குளிர்மையாக இருக்கும் தரைப்பகுதி காலையில் சூரியனை காணும் பொழுது, சூரியனிலிருந்து வெப்ப ஆற்றலைப் பெறுகிறது.

இந்த வெப்ப ஆற்றல் தரையில் இருக்கும் குளிர்ந்த காற்றின் மீது படும் பொழுது காற்று சூடாகி சில மணி நேரங்களில் சூடான காற்று எல்லாம் ஒன்று சேர்ந்து மேலே செல்ல முயற்சிக்கும். அதனால்தான் காலை நேரத்தில் பறவைகள் மேலே செல்ல முயற்சிப்பதை பார்க்கலாம். அதுவே மழை பெய்து சூரியன் கண்ணருகே படாத நேரமாக இருந்தால் எப்பொழுது சூரியனின் வெப்பம் நிலத்தில் பட்டு காற்று மேல் நோக்கிச் செல்கிறதோ அந்த மணித்துளிகளில் பறவைகள் மேல் நோக்கி செல்லும்.

எந்தத் தரைப் பரப்பில் காற்று இருக்கிறது என்பதைப் பொறுத்து அதன் வெப்பநிலை மாறுபடும். உதாரணத்திற்கு

உங்கள் குளத்திற்கு மேல் இருக்கும் காற்று, தண்ணீரில் உள்ள ஈரப்பதத்தை உறிஞ்சி குளிர்ந்த காற்றாக இருக்கும். அதுவே தரைப் பரப்பில் இருக்கும் காற்று வெப்பமான காற்றாக இருக்கும். இந்த இரண்டு காற்றும் ஒன்றையொன்று சந்தித்துக் கொள்ளும் பொழுது குளத்தின் மீது இருந்து வந்த குளிர்ந்த காற்று கீழேயும் தரையிலிருந்து குளத்தை நோக்கி சென்ற காற்று வெப்ப காற்றாக இருப்பதால் மேல்நோக்கி செல்லும். இதேபோல் உங்கள் காட்டில் பயிரிடப்பட்டுள்ள பயிர்களின் மீது இருக்கும் காற்றும் குளிர்ந்த காற்றாக இருக்கும். இப்படிப் பலவாறு ஒரு வெப்ப காற்று உருவாகி அது மெதுவாக மேலே செல்ல ஆரம்பிக்கும். இந்தக் காற்றைப் பயன்படுத்திப் பறவைகள் மேலே செல்கின்றன. இவை வெப்ப வேறுபாட்டால் உயரே செல்வதற்கு உதவும் இரண்டாம் வகைத் தொழில்நுட்பமாகும்.

நீங்கள் கூறியது போல் வெப்பக்காற்யைப் பிடித்துக்கொண்டு எவ்வளவு வேகத்தில் பறவைகளால் உயரத்திற்குச் செல்ல முடியும்? என்று அங்கே வட்டமடித்துக் கொண்டிருந்த கழுகை பார்த்துக் கொண்டே கேட்டாள் சிருஷ்டிகா

இந்த வெப்ப காற்றைப் பயன்படுத்தி நேராகப் பறவைகளால் மேலே செல்ல இயலாது. வெப்பக் காற்றின் அளவு பறவைகளின் எடை இறக்கை வடிவமைப்பு ஆகியவை கணக்கில் கொண்டு வட்டம் அடித்துத் தான்மேலே செல்லும். கழுகு மற்றும் அண்டங்காக்கா இவ்வாறு மேலே செல்கின்றன. பறவையின் எடைக்குத் தகுந்தாற்போல் வட்டமடிக்கும் வட்டத்தின் அளவு மாறுபடும். சிறிய பறவைகளுக்கு இது 45 அடி தூர விட்டம் கொண்ட வட்டமாகவும், ஐந்து கிலோ எடைக்கு மேலே இருக்கும் வல்லூறு போன்றவற்றிற்கு 150 அடி விட்டமுள்ள வட்டமாகவும் இருக்கும்.

சில நேரம் வட்டமடித்துக் கொண்டே இருக்கும் கழுகு மேலே செல்லாமல் ஒரே இடத்தில் சுற்றிக்கொண்டிருக்கும். காற்றின் வெப்ப வேறுபாட்டைப் பயன்படுத்தி ஒரே இடத்தில் தனது இறக்கையை அடிக்காமல், ஆற்றல் செலவினம் இல்லாமல் வேட்டையாடுவதற்காக வட்டமடித்துப் பறக்கிறது. அதன் வேட்டையாடும் வேலை முடிந்தவுடன் நேராக மேலே சென்று விடும்.

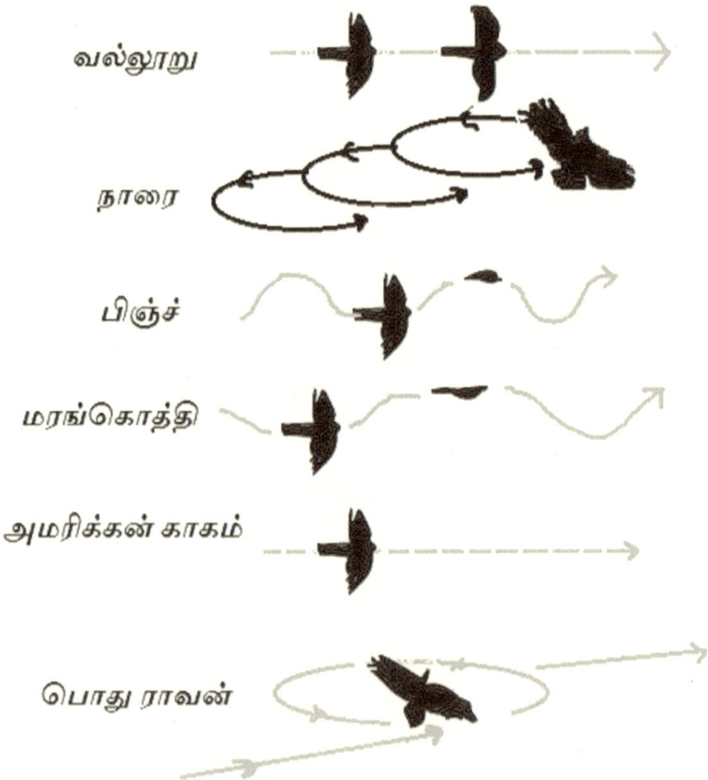

பறவை பறக்கும் விதங்கள்

பல கடற் பறவைகளைப் பற்றிக் கூறினீர்கள். அவைகளுக்கும் நீங்கள் கூறிய இந்த முறைகள் பயன் தருமா? என்றான் கோகுல்

இல்லை, மூன்றாவது வகையான இயற்கையின் உதவி, கடல் பறவைகளுக்குப் பொருந்தும். கடலில் வீசும் காற்று கடல் மட்டத்தில் இருந்து சில மீட்டர் உயரத்தில் மிகவும் அதிகமாகவும் கடல்மட்டத்தில் மிகவும் குறைவாகவும் இருக்கும். இந்தத் தொழில்நுட்பத்தைப் பயன்படுத்திக் கடல் பறவைகள் பறக்கின்றன. கடல்மட்டத்தில் தண்ணீரின் மீது காற்றின் வேகம் சுழிக்கு அருகில் இருக்கும். அதுவே ஒரு 50 அடி உயரத்திற்குச் செல்லும் பொழுது காற்றின் வேகம் வினாடிக்கு 15 மீட்டருக்கு மேல் இருக்கும். இந்தக் காற்று நேராகக் கடல்நீரை தொடும் பொழுது வேகம் குறைகிறது. பின்னர் அங்கிருந்து மேல் நோக்கி செல்லும் பொழுது வேகம்

அதிகரிக்கிறது. இந்தத் தொழில்நுட்பத்தைப் பயன்படுத்திக் கடல் நீர்ப்பரப்பில் இருந்து ஒரு 50 அடி உயரத்தில் வளைந்து வளைந்து ஒரு வட்டப் பாதையை உருவாக்கி கடல் பறவைகள் பறக்கின்றன. கடல் தண்ணீரில் அடிக்கும் காற்றுக் கரையோரத்தில் அலையாக வருவதை நாம் பார்க்கிறோம். அலை சறுக்கு விளையாட்டில் எந்த ஒரு ஆற்றல் செலவினமும் இல்லாமல் இந்த அலையின் மீது வீரர்கள் சவாரி செய்வதைக் காணலாம்.

பொதுவாக நிலப்பரப்பில் வாழும் கழுகு, வல்லூறு, அண்டங்காக்கா போன்ற பறவைகள் மேலே கூறிய முதலிரண்டு தொழில்நுட்பத்தைப் பயன்படுத்துகின்றன. கடலில் வாழும் பறவைகள் மற்றும் கடலுக்கு அருகில் வாழும் பறவைகள் கடல் பரப்பின் மீது ஏற்படும் காற்றின் வேக வேறுபாட்டைப் பயன்படுத்தி மேலே செல்கின்றன.

சிறகடித்து மட்டும் பறக்கும் பறவைகள் இந்த உதவி எதுவும் தேவைப்படாமல் தானாகவே தனது உடலில் உள்ள ஆற்றலை பயன்படுத்திச் சிறகடித்துக் கொண்டே செல்கின்றன. காகம் மற்றும் புறா நேராகப் பறக்கிறது. சிறகடித்து மிதந்து செல்லும் ஆந்தை போன்ற பறவைகளும் நேராகத் தான் செல்கின்றன.

கடந்த முறை குளத்திற்குச் சென்ற பொழுது சிலப் பறவைகள் நேராகச் செல்லாமல் வளைந்து வளைந்து செல்வதைப் பார்த்தேன். ஏன் அவ்வாறு செல்கின்றன ? என்றாள் சிருஷ்டிகா

பகுதி நேரம் சிறகடித்துச் செல்லும் பறவைகள் சிறகு அடிக்காத நேரத்தில் எப்படித் தனது இறக்கையை வைத்து உள்ளன என்பதைப் பொறுத்து அது செல்லும் பாதையும் மாறுபடுகிறது. உதாரணத்திற்கு ஆந்தை பகுதி நேரம் சிறகடித்து மீதி நேரம் இறக்கையை நேராக வைத்து அந்த ஆற்றலில் நேர்கோட்டில் செல்கிறது. அதே நேரத்தில் மரங்கொத்தி போன்ற பறவைகள் மிக வேகமாகச் சிறகடித்து ஆற்றலை உருவாக்கிவிட்டு தனது சிறகுகள் அனைத்தையும் உடம்போடு ஒட்டிப் பிடித்துக் கொண்டு சிறிது தூரம் செல்லும். மீண்டும் சிறகடிக்க ஆரம்பிக்கும். அதனால் சிதறடிக்கும் பொழுது மேலேயும் சிறகு அடிக்காத நேரத்தில் கீழேயும் அழகாக வளைந்து வளைந்து தனது பயணத்தை மேற்கொள்கிறது.

13

கழுகு என்னைத் தூக்குமா?

கழுகு பெரிய முயல்களையும் ஆட்டுக் குட்டியையும் தூக்கிக் கொண்டு சென்று விடும் என்று எனது நண்பன் கூறுகிறான் அது உண்மையா? என்றான் கோகுல்.

கழுகின் இறக்கை வடிவமைப்பில் அது தனது எடையைப் போல் 60 லிருந்து 70 விழுக்காடு வரை தூக்கும் திறன் கொண்டது. அதனால் பெரிய கழுகுகள் ஏழு எட்டு கிலோ எடையுள்ள விலங்குகளை வேட்டையாட கூடிய திறமை பெற்றவை. எறும்புகளின் இழுக்கும் திறனைப் பற்றி நீங்கள் கேள்விப்பட்டிருக்கிறீர்களா?

எறும்பின் சுறுசுறுப்பைக் கேள்விப்பட்டிருக்கிறேன் அது என்ன அதன் இழுக்கும் திறன் என்றான் கௌதம்.

ஊர்வனவற்றில் தனது எடையைப் போல் 50 மடங்கு எடையை இழுக்கக் கூடிய திறன் எறும்புகளுக்கு உண்டு. எடை தூக்கும் போட்டியில் கலந்துகொள்ளும் வீரர்கள் கடுமையான பயிற்சிக்கு பிறகு 300-400 கிலோ எடையைத் தூக்குகிறார்கள். இது

அவர்களுடைய எடையைப் போல் இரண்டிலிருந்து மூன்று மடங்கு ஆகும் அதுவும் சில வினாடிகளே. ஆனால் சாதாரண மனிதர்களாகிய நாம், நமது எடையில் பாதியை தூக்கினாலே பெரிய சாதனைதான், ஆனால் கழுகு தன் எடையில் பாதிக்கு மேல் தூக்கிக்கொண்டு நிற்காமல் பறந்து செல்கிறது. ஆட்டுக்குட்டிகளையும் ஆறு மாதம் ஆன குழந்தைகளையும் சிறிது தூரம் கழுகு தூக்கி சென்றுள்ளதாகச் செய்திகள் உள்ளன. ஒரு கழுகு பிறந்து வளர்ந்து அனைத்திலும் வல்லவன் ஆவதற்கு ஏழு ஆண்டுகள் வரை ஆவதாக ஒரு ஆராய்ச்சி தெரிவிக்கிறது.

கழுகுப் பார்வையில் என்று நாம் கூறுவதற்கு ஏதாவது அறிவியல் காரணம் உள்ளதா மாமா என்றாள் கௌசிகா.

ஆம் கண்டிப்பாக உள்ளது. பறவைகளின் கண்கள் மனிதனின் கண்களை விட அதிகக் கூர்மை வாய்ந்தவை 8 கிலோ இருக்கும் ஒரு கழுகின் கண்ணின் எடையையும் 50 கிலோ எடையுள்ள மனிதனின் கண்ணின் எடையையும் ஒப்பிட்டுப் பார்த்தால் இரண்டும் ஒன்று போலத்தான் இருக்கும். மனிதனின் பார்க்கும் திறனை விடக் கழுகின் பார்க்கும் திறன் 5 மடங்கு அதிகம். அதாவது நாம் ஒரு அடி தூரத்தில் பார்க்கும் பொழுது தெரியும் தகவல்களைக் கழுகு ஐந்தடி தூரத்தில் நின்றே கண்டுபிடித்துவிடும். எல்லாப் பறவைகளுக்கும் கண்பார்வை சிறப்பாக இருந்தாலும், அதில் கழுகு மேலும் சிறப்பாக இருப்பதால் எதையும் கூர்ந்து நோக்கும் மனிதரின் செயலை அவருடைய கழுகுப் பார்வையில் தப்ப இயலாது என்று கூறுகிறார்கள்.

கழுகு ஒரு கிலோ மீட்டரில் இருந்து இரண்டு கிலோ மீட்டர் உயரத்தில் பறந்து கொண்டிருக்கும் பொழுது தனது வேட்டைக்குத் தயாராகிறது. தரையில் ஊர்ந்து செல்லும் பாம்பையும், விளையாடிக் கொண்டிருக்கும் முயல் குட்டியையும், பொந்துக்குள் போகத் தயாராகும் எலியையும் அதனுடைய எச்சங்களையும் அசைவுகளையும் தெளிவாகக் கண்டு வேட்டையை நிர்ணயிக்கும். மனிதன் கண்ணுக்குத் தெரியாத புற ஊதாக் கதிர்களைப் பார்க்கக்கூடிய திறமை இவைகளுக்கு உண்டு.

கழுகு வருவதை அதன் இரையால் முதலில் பார்க்க இயலாது. அது பிடிக்க வரும் பொழுதுதான் அவைகளுக்குத்

தெரியும். ஆனால் கழுகு மேலிருந்து வேட்டையைப் பிடிக்கலாம் என்று முடிவு செய்துவிட்டால் அதன் வேகம் மணிக்கு 200 கிலோ மீட்டருக்கு அதிகமாக இருக்கும். கண்ணிமைக்கும் நேரத்திலே இரையைப்பிடித்து மேலே பறக்க ஆரம்பித்துவிடும்.

இரையைக் கொண்டு செல்லும் பொழுது அது தப்பி விழுவதற்கு வாய்ப்பில்லையா என்றாள் சிருஷ்டிகா.

அதிலும் கழுகுகள் மிகச் சிறந்தவை. நீ தண்ணீர்க் குவளையை எடுக்கும் பொழுது எப்பொழுதாவது தவறவிட்டு இருக்கிறாயா ? ஓரிருமுறை பலகாரம் சாப்பிட்டு விட்டுக் கையில் இருந்த எண்ணெயுடன் தூக்கும் பொழுது கையிலிருந்து வழுக்கி விழுந்துள்ளது. அது ஏன் நடந்தது என்றால் கைகளுக்கும் தண்ணீர் குவளைக்கும் இடையே ஒரு உராய்வு விசை இருக்கும். அந்த உராய்வு விசை நமது கையில் உள்ள ரேகைகள் மற்றும் கோடுகள் கொண்டு உருவாகிறது.

இந்த உராய்வு விசை கையில் எண்ணெய் இருக்கும் பொழுது குறைகிறது. அதனால் நமது கைகளில் இருந்து பொருள் நழுவி கீழே விழுகிறது. சாதாரணமாக மனிதன் ஒரு பொருளை பிடிக்கும் பொழுது நமது கைக்கும் பொருளுக்கும் உள்ள

மீனை கவ்வி கொண்டு செல்லும் கழுகு

சத்தமிடாமல் பறக்கும் ஆந்தை

உராய்வு விசையைக் கழுகு ஒருபொருளை பிடிக்கும் விசையுடன் ஒப்பிட்டால் கழுகின் பிடி கிடுக்குப் பிடியாக இருக்கும். அது மனிதனின் பிடியை விட 10 மடங்கு வலுவுள்ளதாக இருக்கும். அதுமட்டுமில்லாமல் இந்தத் திறனை பயன்படுத்திக் கழுகுகள் மரத்தில் அமர்ந்திருக்கும் பொழுது தூங்குவதற்கும் உபயோகிக்கின்றன.

தூக்கத்தில் கீழே விழுந்தாலும் மரக்கிளையைப் பிடித்துக் கொண்டிருக்கும் அதன் கால்கள் கீழே விழாமல் காப்பாற்றும். கழுகு வேட்டையாடும் விலங்குகளைக் கூர் நகங்கள் கொண்டுதான் உடைக்கிறது. அந்த நகத்தால் நமது கபாலத்தைக் கூட அதனால் உடைக்க முடியும் என்றால் சிறிய மிருகங்கள் எம்மாத்திரம்.

நீங்கள் கூறுவதைக் கேட்டால் பறவை இனங்களிலேயே கழுகு தான் மிகச்சிறந்த பறவையாக இருக்கும் போலிருக்கிறதே என்றான் கௌதம்.

நாம் அப்படி நினைத்து விடக்கூடாது ஒவ்வொரு பறவையும் சிறப்பு வாய்ந்தது. அதன் உடல் அமைப்பும் தகவமைப்பு அது வாழும் இடத்திற்கும், தனது உணவை பெறுவதற்காக உள்ளன. தனது வாழ்விடத்தைப் பொருத்து கழுகு குடும்பத்தைச் சேர்ந்தவற்றைக் கழுகுகள், வல்லூறுகள், ராஜாளி, பருந்து, கருடன், பிணந்தின்னிக் கழுகுகள் எனப் பலவகைப் பெயர்கள் வைத்து அழைக்கிறோம்.

ஆந்தைக்குப் பகலில் கண் தெரியாது என்று எங்கேயோ கேட்டேனே அது உண்மையா மாமா என்றாள் கௌசிகா.

ஆந்தை இரவில் வேட்டையாடி உண்ணும் பழக்கம் கொண்டது. அதன்கண் வடிவமைப்பில் வெளிச்சம் குறைவான நேரத்தில் பார்வை நன்றாக இருப்பதால் பகலைவிட இரவில் நன்றாகப் பார்க்க முடியும். ஆந்தை வேட்டையாடுவதற்குச் செல்லும் பொழுது அதன் சிறகடிக்கும் சத்தம் இறைக்குக் கேட்டு விட்டால் அவை ஓடிவிடும். பாதி நேரம் சிறகடிக்கும் பாதி நேரம் மிதந்து செல்லும் ஆந்தை சப்தமே செய்யாமல் பயணிக்கும் திறமையைக் கொண்டுள்ளது. நவீன கணிப்பொறியில் ஆந்தை சிறகடிக்கும் பொழுது எவ்வளவு சத்தம் வெளிவருகிறது என்று கண்டுபிடிக்க முயற்சி செய்தார்கள். புறா, காகம் என்று பலவகைப் பறவைகளின் இறக்கையின் சத்தத்தைக் கண்டுபிடித்த போதும் ஆந்தையின் இறக்கையின் சத்தத்தைக் கணிப்பொறியில் பதிவு செய்ய முடியவில்லை.

காற்றில் மிதக்கும் ஆல்பட்ரோஸ்

நச்சு வாயுவை கண்டுபிடிக்கும் கேனாரி

நமக்குக் காதுகள் இரண்டு பக்கமும் ஒரே இடத்தில் இருப்பது போல் இல்லாமல் ஆந்தையின் காதுகள் சிறிது இடைவெளியில் உள்ளன. நான் கையைக் காதுக்கு அருகில் தட்டினால் சத்தம் அதிகமாகக் கேட்கும் காதுக்கு அருகில் நான் தட்டுவதை நீங்கள் புரிந்துகொள்ள இயலும். அதேபோல் ஆந்தை அதன் இரை எழுப்பும் சிறிய சத்தங்களை இரண்டு காதுகளுக்கும் இடையே கேட்கப்படும் நேர வித்தியாசத்தைக் கொண்டு துல்லியமாகக் கணிக்கிறது. மேலும் தனது கழுத்தை 270 பாகை கோணம் வரை திருப்பக்கூடிய திறமை ஆந்தைகளுக்கு உண்டு.

ஆந்தையைப் போல் வௌவாலும் இரவில்தான் பறக்குமா? எங்கள் மரத்தில் உள்ள பழங்களைக் கடித்து விட்டு போய் விடுவதாகத் தாத்தா அடிக்கடி கூறுகிறாரே என்றான் கௌதம்.

பாலூட்டி வகையைச் சேர்ந்த பறக்கும் விலங்கான வௌவால் தான் போக வேண்டிய இடத்தை அது எழுப்பும் மீஒலியின் மூலம் கண்டுபிடிக்கிறது. இரவில் பறக்கும் வௌவால் தான் எழுப்பும் ஒலி எதிர் திசையில் இருக்கும்

இடத்தில் பட்டு திரும்ப வரும் நேரத்தை வைத்து தனது பாதையில் என்ன தடுப்பு உள்ளது என்பதைக் கண்டறிந்து பாதையை மாற்றுகிறது. மரங்கள் இருக்கின்றனவா, அவற்றின் அளவு எவ்வளவு, பழங்களும் காய்களும் எவ்வளவு இருக்கின்றன என்பது போன்ற பல நுண்ணியச் செய்திகளையும் பெறும் வல்லமை பெற்றது இந்த வௌவால். இந்தத் தொழில்நுட்பம்தான் வயிற்றில் குழந்தையின் வளர்ச்சி எவ்வாறு உள்ளது சிறுநீரகத்தில் கற்கள் அளவு எவ்வளவு என்பதைக் கண்டுபிடிக்க நமக்கும் பயன்படுகிறது. ஒரு கொசுவை அடிப்பதற்கு நாம் எவ்வளவு சிரமப்படுகிறோம். ஆனால் அந்த வேலையை ஒரு வௌவால் இடம் கொடுத்தால் மணிக்கு ஆயிரம் கொசுக்களைப் பிடித்துக் கொல்ல கூடிய திறமை இருக்கிறது என்று ஒரு ஆராய்ச்சியாளர் கண்டுபிடித்துள்ளார்.

மனிதனுக்கு உதவி செய்யும் சில பறவைகளைப் பற்றியும் கூறுங்களேன் என்றனர் நால்வரும்

பதினெட்டாம் நூற்றாண்டில் சுரங்கங்களில் மனிதர்கள் வேலை செய்ய ஆரம்பித்தனர். சுரங்கங்கள் புவியின் தரைப் பரப்பில் இருந்து பல கிலோமீட்டர் ஆழத்தில் இருக்கும். அங்கே எதிர்பாராத விதமாக நச்சு வாயுக்கள் வெளி வருவதற்கான வாய்ப்புகள் இருக்கின்றன. இந்தநச்சு வாயுக்கள் காற்றில் கலந்து விட்டால் சுரங்கத்தில் வேலை செய்யும் மனிதர்கள் சுவாசிக்க முடியாமல் இறந்து போவார்கள். இன்றைய நவீன தொழில்நுட்பங்கள் ஏதும் இல்லாத காலத்தில் எப்படி இதைக் கண்டுபிடிப்பது என்று ஆராய்ந்து இதைக் கண்டுபிடிக்கும் திறமை உள்ள கேனாரி என்ற பறவையைச் சுரங்கத்திற்குள் கொண்டு சென்று அவற்றின் வாழ்விடத்தைச் சுரங்கத்திற்குள் இருக்குமாறு பார்த்துக் கொண்டனர். சிறிய நச்சுவாயு ஏற்பட்டாலும் அவை எளிதாக அதைக் கண்டுபிடித்துச் சுரங்கத்திற்கு உள்ளே இருந்து வெளியே சிறகடித்துப் பறப்பதை உணர்ந்துகொண்டு நச்சு வாயு வந்துவிடும் என்று தொழிலாளர்களைக் காப்பாற்ற இந்தப் பறவையைப் பயன்படுத்தினர்.

200 கிராம் எடையுள்ள ஒரு கடற்பறவை 25 ஆண்டுகள் வாழக்கூடியது. தனது வாழ்நாளில் அது பயணிக்கும் தூரத்தை

கணக்கிட்டால் மூன்று முறை பூவியிலிருந்து நிலவுக்குச் சென்று வந்துவிடும் என்று ஆராய்ச்சிகள் தெரிவிக்கின்றன.

புவியில் இப்போது இருக்கும் பறவைகளிலேயே மிகப்பெரிய இறக்கை கொண்ட பறவை ஆல்பட்ரோஸ். ஆண்டுக்கணக்கில் பறக்கும் திறன் பெற்றது. கடல் மீன்கள் தான் இதன் முக்கிய உணவு தினமும் 640 கிலோ மீட்டர் வரை பறக்கும். ஒரு பறவை ஒரு முட்டைதான் இடும் அதனால் இதன் 21 இனங்களில் 19 இனங்கள் அழிந்து வரும் உயிரினங்களின் பட்டியலில் உள்ளன. இந்தப் பறவைகளைப் பார்த்து தான் முதன்முதலில் மிதக்கும் வகைப் பறக்கும் பொருட்களும் விமானங்களும் தயாரிக்கப்பட்டன.

இந்த வரிசையில் நாங்கள் உணவு வைக்கும் காக்கைக்கும் இடம் உண்டா? என்று தனது ஆச்சரியத்தை வெளிப்படுத்தினாள் சிருஷ்டிகா

நாம் அன்றாடம் பார்க்கும் காகம் பறவை இனங்களில் அதிக மூளை கொண்ட பறவை ஆகும். இறந்துபோன தனது சகாக்களுக்கு இறுதி மரியாதை செலுத்த கூடிய ஒரே பறவை இனம் இந்தக் காகம் தான். தன்னால் ஏதாவது பொருளை உடைக்க முடியாமல் போனால் சாலையில் செல்லும் வாகனங்களின் சக்கரங்களில் அதைப் படுமாறு வைத்து உடைத்து சாப்பிடும் அறிவு இதற்கு உண்டு.

காடுகள் அழித்து மரங்கள் இல்லாமல் மாறிய நவீனகால நகரங்களிலும் மனிதர்களுடன் மனிதர்களாக அவர்கள் சாப்பிடும் பொருட்களில் எச்சங்களை உண்டு வாழ பழகிக் கொண்டது. எந்த வீட்டில் நல்ல உணவு கிடைக்கும் யார் எப்பொழுது உணவு கொடுப்பார்கள் என்று முகம் அறிந்து செல்லும் திறமையும் காகத்திற்கு இருக்கின்றது. தேவை ஏற்பட்டால் கூட்டமாகப் படையெடுத்து கழுகையும் விரட்டும் இந்தக் காகம். இப்படி ஒவ்வொரு பறவையைப் பற்றியும் சொல்லிக் கொண்டே செல்லலாம் அதற்கென்று தனிச் சிறப்புகள் இருப்பது அவற்றை இந்தப் புவியில் நிலையாக வாழ்வதற்குத் தூண்டுகோலாக உள்ளது.

14

பறவையைக் கண்டான் விமானம் படைத்தான்

நாம் பறவையைப் பார்த்துதான் விமானத்தைக் கண்டுபிடித்தோம் என்று கூறுவது சரிதானா ? என்றாள் கௌசிகா.

ஆம், பறவைகள் எப்படிப் பறக்கின்றன என்பதைப் பார்த்துக்கொண்டிருந்த மனிதன் பறக்கும் ஒரு இயந்திரத்தை கண்டுபிடிக்க முயற்சி செய்தான்.

இரண்டாயிரம் ஆண்டுகளுக்கு முன் பாடிய சங்க இலக்கியத்தில் பழமையான புறநானூற்றுப் பாடலில் பறக்கும் இயந்திரத்தை பற்றிய ஒரு பாடல் உள்ளது

“புலவர் பாடும் புகழுடையோர் விசும்பின்

வலவன் ஏவா வான ஊர்தி எய்துப, என்ப, தம் செய்வினை முடித்து எனக் கேட்பால் எந்தை ! சேட்சென்னி நலங்கிள்ளி “

இந்தப் பாடலுக்கான பொருள்: நல்வினை செய்வோரை வானவூர்தி ஏற்றிச் செல்லும். அந்த வானத்தில் பறக்கும் இயந்திரம் விமானி இல்லாமல் தானாக ஓடும். “வலவன் ஏவா”

என்ற அடைமொழியிலிருந்து வலவன் ஒட்டிய விமானங்கள் அக்காலத்தில் இருந்தது என்றும் பொருள்படுகிறது.

அதேபோல் போகரின் பாடலின் ஒரு வரியிலும் பறக்கும் இயந்திரத்தைப் பற்றிக் கூறப்பட்டுள்ளது

" தானான பிரம்ம கோடி வித்தை செய்தேன்

தாக்கான காத்தாடி வித்தை வித்தை

மானான வித்தையிலும் அதித வித்தை "

பாடல்களில் பாடப்பெற்றது. முதல் முதலில் விமானம் இப்படித்தான் இருக்கவேண்டும் என்று கூறியவர் யார் ? என்றாள் சிருஷ்டிகா

பதினைந்தாம் நூற்றாண்டில் வாழ்ந்த பல்துறை வித்தகரான லியோனார்டோ டாவின்சி 1508 ஆம் ஆண்டுப் பறக்கும் இயந்திரம் எப்படி இருக்கும் என்ற தனது கற்பனையை ஓவியமாக வரைந்தார். அதில் பல வகையான பறக்கும் இயந்திரங்களைக் குறிப்பிட்டிருந்தார். அடுத்த 200 ஆண்டுகளுக்கு அவர் என்ன சொல்ல வருகிறார் என்று யாருக்கும் புரியாத

முதல் விமானத்தை உருவாக்கிய ரைட் சகோதரர்கள்

காரணத்தினால் அதுபோல் பறக்கும் இயந்திரத்தை வடிவமைக்கக்கும் முயற்சிகள் ஏதும் நடைபெறவில்லை.

நான் முன்பே கூறியபடி காற்றை விட எடை குறைவான பொருளைத் தயாரித்தால் அவை மிதக்கும். எனவே காற்றை விட எடை குறைவான ஹைட்ரஜன் பலூன்கள் மற்றும் சூடாக்கப்பட்ட காற்று ஆகியவற்றைக் கொண்டு பறக்கும் முயற்சிகள் நடைபெற்று வெற்றியடைந்தன. நீங்கள் கேட்டதைப் போல் கையில் இறக்கையைக் கட்டிக்கொண்டு பறந்தால் எப்படி இருக்கும் என்று பல ஆராய்ச்சியாளர்கள் இறக்கை கட்டிக் கொண்டு உயரமான இடத்திலிருந்து காற்று வேகமாக அடிக்கும் பொழுது பறந்து கை மற்றும் கால்களை உடைத்தவர்களும் உண்டு.

கடல் கப்பல் போலப் பறக்கும் பெரிய பொருட்கள் 19ஆம் நூற்றாண்டின் தொடக்கத்தில் முயற்சி செய்யப்பட்டன. காற்றை விட அடர்த்திக் குறைவாக இருந்தால் போதாது காற்றைவிட அதிக அடர்த்தி இருந்தாலும் பறக்க வேண்டிய பொருள் தேவை என்பது பத்தொன்பதாம் நூற்றாண்டின் தொடக்கத்தில் ஆராய்ச்சியாளர்களுக்குப் புரிய வந்தது. அவர்கள் குறைவான ஆற்றல் செலவினத்தில் மிதக்கும் பறவைகளைப் போன்ற

டாவின்சி வரைந்த பறக்கும் எந்திரம்

அமைப்பை உருவாக்கி அதில் பொருட்களைக் கொண்டு செல்ல முடியுமா என்று பலவகைப்பட்ட ஆராய்ச்சிகளைச் செய்தனர்.

முதலில் பறக்கும் இயந்திரத்தை தயாரிக்க முனைந்தவர்கள் யாரும் சிறகடிக்கும் பறவையை முன்னுதாரணமாகக் கொள்ளவில்லையா? என்றாள் சிருஷ்டிகா

பத்தொன்பதாம் நூற்றாண்டில் சிறகு அடிக்கும் பறவை போல இறக்கைகள் செய்து பல விமானங்கள் தயாரிக்கப்பட்டு அனைத்தும் சோதனையில் தோல்வி அடைந்தன. இவ்வாறாகப் பல அறிஞர்கள் பறக்கும் இயந்திரத்தை தயாரிக்க முயற்சி செய்து கொண்டிருந்த காலத்தில் இருபதாம் நூற்றாண்டின் தொடக்கத்தில் ரைட் சகோதரர்கள் முதன்முதலில் பறக்கும் விமானத்தை உருவாக்கினர். 1903ல் அவர்கள் தயாரித்த விமானம் பறந்து சாதனை படைத்தது. அவர்களுடைய முதல் பயணத்தில் நான்கு முறை ஒரு நிமிடத்திற்கும் குறைவான நேரம் மட்டுமே பறந்து அதிகப் பட்சமாக 872 அடி தூரத்தை பறந்து கடந்தனர்.

பத்தொன்பதாம் நூற்றாண்டின் இறுதியில் பெட்ரோல் மற்றும் டீசல் எஞ்சின்களின் கண்டுபிடிப்பும், அதிக ஆற்றலை உருவாக்கக்கூடிய இயந்திரங்களின் உருவாக்கமும் ரைட் சகோதரர்கள் விமானத்தை உருவாக்க பேருதவியாக இருந்தது என்றால் அது மிகையல்ல.

அப்படி என்றால் பறக்கும் விமானம் எந்தப் பறவையை உதாரணமாகக் கொண்டு செய்யப்பட்டுள்ளது என்றான் கோகுல்.

சிறகு அடிப்பதுபோல் விமானத்தைச் செய்தால் அதிக ஆற்றல் தேவைப்படும் மேலும் அவற்றை வெற்றிகரமாக நம்மால் உருவாக்க முடியவில்லை.அதனால் நமது விமானங்கள் அனைத்தும் மிதக்கும் பறவை வகைகளின் அமைப்பிலேயே செய்யப்பட்டுள்ளன.

ஆனால் ஹெலிகாப்டர் விமானம் இரண்டும் வேறுவிதமாகச் செல்கிறதே அவற்றுக்கு உள்ள வேறுபாடு என்ன ? என்று வினவினான் கோகுல்.

விமானத்தில் இறக்கை காற்றழுத்த வேறுபாட்டை உருவாக்கி மேலெழும்புகிறது. அதற்காக நாம் கொடுக்கும் ஆற்றல்

குறைவாக இருக்கும். ஆனால் இதேபோன்ற அழுத்த வேறுபாட்டை உருவாக்க நமது வீட்டில் சுழலும் காற்றாடியை போன்ற அமைப்பு ஹெலிகாப்டரின் தலையில் பொருத்தப்பட்டுள்ளது. அதில் பொருத்தப்பட்டுள்ள விசிறிகள் காற்றைத் தள்ளுவதால் அழுத்த வேறுபாடு ஏற்பட்டு ஹெலிகாப்டர் மேலே கிளம்புகிறது.

விமானத்திற்குத் தேவைப்படும் ஆற்றல் செலவினம் ஹெலிகாப்டரின் ஆற்றல் செலவினத்தில் 20 விழுக்காடு மட்டுமே. மேலும் தொலைதூரப் பிரயாணத்திற்கு ஹெலிகாப்டர் ஆல் செல்ல இயலாது விமானங்கள் தான் தேவைப்படுகின்றன.

மனிதன் படைத்த விமானம் எவ்வளவு எடை இருந்தது? என்றாள் கௌசிகா.

முதன்முதலில் ரைட் சகோதரர்கள் உருவாக்கிய விமானம் சில கிலோ எடை உடையதாக இருந்தது அதன் பிறகு 10 ஆண்டுகளில் ஒன்றிலிருந்து இரண்டு டன் எடையுள்ள விமானங்கள் தயாரிக்கப்பட்டன. இரண்டாம் உலகப்போரின்போது 150 டன் எடையுள்ள விமானங்கள் உருவாக்கப்பட்டன.

1950களில் 400 டன் எடை கொண்ட பயணியர் விமானங்கள் பயன்பாட்டிற்கு வந்தன. இன்று அதிக எடையுள்ள பறக்கும் விமானம் 600 டன் எடையுடையது, அதாவது கிட்டத்தட்ட 150 யானையின் எடை. விமானத்தை இயக்கும் இயந்திரத்தின் எடை தோராயமாக அதன் எடையில் 20 விழுக்காடாக இருக்கும்.

பறவைகள் மணிக்கு 100 கிலோமீட்டர் வேகம் வரை பறக்கும் என்று கூறினீர்கள் அப்படி என்றால் இந்த விமானங்கள் எவ்வளவு வேகம் வரை பறக்கும்? என்றாள் சிருஷ்டிகா.

1920ஆம் ஆண்டு வரை தயாரித்த விமானங்கள் மணிக்கு 250 கிலோ மீட்டர் வேகம் வரை பறந்தன. இரண்டாம் உலகப்போரின் காரணமாக அதிவேகமாகச் செல்லவேண்டிய போர் விமானங்களின் தேவை உணரப்பட்டது. இரண்டாம் உலகப்போரின் பயணித்த போர் விமானங்கள் மணிக்கு ஆயிரம் கிலோ மீட்டர் வேகம் வரை சென்றன. 1980 இல் உருவாக்கப்பட்ட உலகின் அதிவேக விமானம் மணிக்கு 3500 கிலோமீட்டர் என்ற வேகத்தில் பறந்தது.

நேற்று உங்கள் கிராமத்தில் மழை பெய்த பொழுது முதலில் எந்தச் சத்தம் உங்களுக்குக் கேட்டது. இடியா அல்லது மின்னலா? நேற்று மட்டுமல்ல எப்பொழுதும் முதலில் மின்னலை பார்ப்போம், அதன் பிறகுதான் இடி வரும் என்றாள் சிருஷ்டிகா.

ஏனென்றால் மின்னல் ஒளி அதன் வேகம் வினாடிக்கு மூன்று லட்சம் கிலோமீட்டர். ஆனால், இடியின் ஓசை, ஒலி அதன் வேகம் வினாடிக்கு 331 மீட்டர் தான். ஒரு பொருள் பயணப்படும் வேகத்திற்கும் ஒலியின் வேகத்திற்கும் உள்ள விகிதத்தை மாக் எண் என்று அழைக்கிறோம். ஒலியின் வேகத்தில் பயணித்தால் அதை மாக் எண் 1 என்று கூறுகிறோம். ஒலியை விட அதிக வேகத்தில் பயணிப்பதை மாக் எண் ஒன்றுக்கும் கூடுதல் என்று கூறுகிறோம்.

ஆனால் ஒலியின் வேகம் கடல் மட்டத்திலிருந்து வெவ்வேறு உயரங்களில் காற்றின் வெப்பநிலை மாறுபடுவதால் மாறுபடும். கடல் மட்டத்தில் ஒலியின் வேகம் வினாடிக்கு 340 மீட்டர் என்று இருக்கும், அதுவே 10 கிலோ மீட்டர் உயரத்தில் வினாடிக்கு 300 மீட்டராகக் குறையும் 14 கிலோ மீட்டர் உயரத்தில் வினாடிக்கு 295 மீட்டராக இருக்கும். அப்படி ஒலியை விட அதிக வேகத்தில் பயணம் செய்வதற்காக உருவாக்கப்பட்டவை தான் கான்கார்ட் விமானங்கள். ஆனால் இவை ஒலியை விட அதிக வேகத்தில் பயணிக்க வேண்டியிருப்பதால் அதற்குத் தேவைப்பட்ட எரிபொருள் செலவீனம் இன்று பயணப்படும் விமானத்தைப் போல் மூன்று மடங்கு இருந்தது.

சாலையில் ஓடும் வாகனங்களில் வேகத்திற்கும் எரிபொருளின் தேவைக்கும் தொடர்பு இருப்பதுபோல் விமானங்களுக்கும் இருக்கிறதா? என்றான் கோகுல்

கண்டிப்பாக இருக்கிறது, இன்றைய நவீன விமானங்கள் மணிக்கு ஆயிரம் கிலோ மீட்டர் வேகத்தில் பறக்கக் கூடிய திறன் இருந்தாலும், ஆற்றல் செலவினம் அதிகமாக இருப்பதால், அதிகப் பட்சமாக மணிக்கு 900 கிலோ மீட்டர் என்ற வேகத்தில் தான் பயணப்பபடுகின்றன. பொதுவாகப் பயணியர் விமானம், விமானத்தில் உபயோகிக்கப்படும் இயந்திரங்களின் தன்மையைப்

பொருத்து மணிக்கு 350 கிலோ மீட்டரிலிருந்து 850 கிலோ மீட்டர் என்ற வேகத்தில் செல்கிறது. உயரே செல்ல செல்ல காற்றின் அடர்த்திக் குறைவதாலும் வெப்பநிலை குறைவதாலும் விமான இயந்திரத்தால் அதிகத் திறனை உருவாக்க முடியும் அதனால் தான் உயரே செல்லும்பொழுது விமானத்தில் உள்ள இயந்திரத்தால் கூடுதல் வேகத்தில் பயணிக்க முடிகிறது.

ஒலியின் வேகத்தை விட அதிகமாகச் செல்லும் கான்கார்ட் பயணியர் விமானம் மணிக்கு 2180 கிலோமீட்டர் என்ற வேகத்தில் பறக்கும் திறமை பெற்று இருந்தது. ஆனால் இந்த விமானத்தில் அடிக்கடி விபத்துக்கள் ஏற்பட்டதாலும் ஆற்றல் செலவீனம் அதிகமாக இருந்ததாலும் இப்பொழுது அவை பயன்பாட்டில் இல்லை.

போர் விமானங்கள் கண்ணிமைக்கும் நேரத்தில் எதிரிப்படைகளைத் தாக்கிவிட்டு திரும்ப வேண்டிய அவசியம் இருப்பதால் இவை அதிவேகமாகவும் நமக்கு அவசியம் உள்ள படி திருப்பக்கூடிய வசதிகள் உள்ளதாகவும் இருக்கும்.

பறவையைக் கண்டு விமானம் படைக்கப்பட்டதாகச் சொல்கிறீர்கள், ஆனால் பறவை கிளம்புவதற்குப் பல உத்திகள் கூறினீர்கள். அப்படி என்றால் நமது பயணியர் விமானம் எப்படிக் கிளம்புகிறது என்றான் கோகுல்.

ஆற்றல் செலவினம் மிதக்கும் வகைப் பறவைகளுக்குக் குறைவாக இருக்கும். அதேபோன்று ஆற்றல் செலவினத்தை விமானங்களுக்கும் ஏற்படும் வகையில் இந்த விமானங்கள் வடிவமைக்கப்படுகின்றன. அதனால் விமானம் கிளம்பும் பொழுது அதைத் தூக்குவதற்கான தூக்கு விசையை உருவாக்குவதற்கு எப்படிப் பறவைகள் சிறிது தூரம் ஓடி இறக்கை அடித்துப் பயணத்தைக் துவங்குகின்றனவோ அதே தத்துவத்தைப் பயன்படுத்துகிறார்கள். அதற்குத்தான் ஓடுதளம் மிகவும் முக்கியமாகிறது. விமானத்தைப் பொருத்து விமானம் எத்தனை கிலோமீட்டர் வேகத்தில் ஓடினால் இறக்கையைக் கொண்டு அதன் எடையைத் தூக்குவதற்கான விசையை உருவாக்கமுடியும் என்பதைப் பொறுத்து விமானம் ஓடுபாதையில் ஓடும் வேகம் முடிவு செய்யப்படுகிறது.

எடை அதிகமாக இருக்கும் விமானங்கள் அதிக வேகத்தில் செல்ல வேண்டி இருப்பதால் சர்வதேச விமான நிலையத்தில் இருக்கும் ஓடுபாதைகள் இரண்டு கிலோமீட்டருக்கும் அதிகமாக இருக்கும். பொதுவாக ஓடுபாதையில் விமானம் கிளம்புவதற்கு முன் செல்ல வேண்டிய வேகம் சிறிய விமானங்களுக்கு மணிக்கு 100 கிலோ மீட்டர் என்றும் பெரிய விமானங்களுக்கு மணிக்கு 250 கிலோ மீட்டர் என்றும் இருக்கும். ஒரு குறிப்பிட்ட வேகத்தை விமானம் அடையவில்லை என்றால் விமானம் மேலே கிளம்ப முடியாது.

நீங்கள் கூறுவதைப் பார்த்தால் ஓடுதளம் விமானப் பயணத்தில் ஒரு முக்கியப் பங்கு வகிப்பது போல் தெரிகிறதே என்று தங்கள் வியப்பை அனைவரும் வெளிப்படுத்தினர்

ஓடுதளத்தில் அவசியத்தைப் பற்றித் தெரிந்து கொள்ளச் செய்தித்தாளில் நான் வாசித்த உண்மை நிகழ்வை பற்றி இப்பொழுது பார்ப்போம். 1997ஆம் ஆண்டுச் சென்னை சர்வதேச விமான நிலையத்தில் இறங்க வேண்டிய 330 பயணிகளைக் கொண்ட ஒரு விமானம் தவறுதலாகக் குறைந்த ஓடுபாதை தூரமுள்ள தாம்பரம் ராணுவ விமான நிலையத்தில் இறங்கி விட்டது. இறங்கும் பொழுது விமானி தனது முழுத் திறமையையும் பயன்படுத்தி விமானத்தை விபத்து இல்லாமல் நிறுத்தி விட்டார். ஆனால் அதன் பிறகு அந்த விமானத்தை அங்கிருந்து எடுப்பதில் மிகுந்த சிக்கல் இருந்தது. ஓடுபாதையின் நீளம் குறைவாக இருந்ததால், விமானம் கிளம்பத் தேவையான தூக்கு விசையை அந்தக் குறைவான ஓடுபாதை தூரத்தில் ஏற்படுத்துவது இயலாத காரியம். விமானம் பெரியதாக இருந்ததால் தரை வழியாகவும் விமானத்தைச் சர்வதேச விமான நிலையத்திற்குக் கொண்டு செல்ல இயலவில்லை.

இதை ஆராய்ந்த ஜம்ஜும் என்ற விமானி விமானத்தின் எடையைக் குறைத்து விமானத்தைச் சிறிய ஓடுபாதையில் இருந்து கிளப்புவதற்கான யோசனையைக் கூறினார். அதன்படி விமானத்தில் இருந்த இருக்கைகள் அனைத்தும் நீக்கப்பட்டன. தேவையில்லாத பொருட்கள் அனைத்தும் நீக்கப்பட்டு எரிபொருளும் குறைந்த தூரம் செல்வதற்கு மட்டும் நிரப்பப்பட்டு, காற்றின் உதவிக்காக மணிக்கணக்கில் காத்திருந்து

விமானம் சிறிய ஓடுதளத்தில் இருந்து பத்திரமாகக் கிளம்பி சர்வதேச விண்வெளி நிலையத்தை அடைந்தது. இதனால் பல கோடி ரூபாய் மதிப்புள்ள அந்த விமானம் காப்பாற்றப்பட்டது.

ஒரு விமானம் புறப்படுவதற்கு ஒரு கிலோமீட்டர் நீளமான ஓடுதளம் வேண்டுமென்றால் அதை விட இரண்டு மடங்கு நீளமுள்ள ஓடுதளம் அமைக்கப்படவேண்டும், என்பது விமான ஓடு பாதை அமைப்பதற்கான வழிமுறையாகும்.

காற்று வீசும் திசை பறவைக்கும் ஏதாவது பிரச்சனைகளைக் கொடுக்குமா? அவற்றைப் பறவைகள் எப்படிச் சமாளிக்கின்றன என்றாள் சிருஷ்டிகா

பறவை பறப்பதற்குக் காற்று அடிக்கும் திசையும் மிகவும் முக்கியமானது. உங்கள் கிராமத்தில் பவானிசாகர் அணையில் இருந்து வரும் இந்தக் கீழ்பவானி கால்வாய் ஓடுகிறது. இந்தக் கால்வாயில் குதித்து நீச்சலடிக்கச் சொன்னால் உன்னால் நீச்சல் அடிக்க முடியுமா?

தண்ணீர் போகும் திசையில் என்னால் மிக எளிதாக நீந்த முடியும். ஒரு கரையிலிருந்து மறுகரைக்குச் செல்வதற்கு மிகவும் சிரமமாக இருக்கும். அதுவே தண்ணீரை எதிர்த்து எதிர்திசையில் நீந்துவது மிகவும் கடினம். வேகமாக நீச்சல் தெரிந்தவர்கள் மட்டுமே தண்ணீரை எதிர்த்து நீந்த முடியும்.

அதேபோல்தான் பறவை பறக்கும் திசையில் காற்று அடிக்கும் பொழுது அது பறவை முன்னோக்கி செல்ல உதவுகிறது. உங்கள் கிராமத்தில் சாதாரணமாகக் காற்று மணிக்கு 5 கிலோ மீட்டரில் இருந்து 15 கிலோ மீட்டர் வேகத்தில் வீசுகிறது. பறவை எதிர் திசையில் செல்ல வேண்டியிருந்தால், ஒரு குறிப்பிட்ட வேகத்திற்கு மேல் காற்று அடித்தால் அந்தத் திசையில் பயணத்தைத் தொடராது, அதற்குப் பதிலாகக் காற்றின் வேகம் குறையும் வரை காத்திருக்கும்.

நீங்கள் கூறிய புலன் விகிதத்தைக் கொண்டு விமானங்களுக்கு என்ன பயன் என்பதை மேலும் தெளிவாகக் கூற முடியுமா? என்றான் கோகுல்

காற்று இதழில் உருவாகும் மேல்நோக்கிய தூக்கு விசைக்கும் (L) பின்னோக்கி இழுக்கும் விசை (D) உள்ள விகிதத்தை (L/D)

கொண்டு எந்தவித ஆற்றலும் இல்லாவிட்டால் எவ்வளவு நேரம் காற்றில் பறவை அல்லது விமானம் மிதந்து கொண்டிருக்கும் என்பதைக் கண்டறியலாம். உதாரணத்திற்கு ஆல்பட்ரோஸ் பறவைக்கும் 400 டன் எடையுள்ள நவீன விமானத்திற்கும் இந்த விகிதம் 20 என்று இருக்கும்.

ஆற்றல் செலவீனம் குறைவாக இருக்குமாறு வடிவமைக்கப்பட்ட விமானங்களின் இறக்கையின் புலன் விகிதம் 15 க்கு மேல் இருக்கும். ஆல்பட்ரோஸ் பறவையின் இறக்கையின் நீள அகல விகிதங்கள் இருபது. அதுவே இப்பொழுது பறந்துகொண்டிருக்கும் மிகப்பெரிய விமானங்களான போயிங்747- மற்றும் ஏர்பஸ்380- விமானங்களின் புலன் விகிதம் 17 லிருந்து 20 வரை ஆகும். நமது வீட்டில் பறக்கும் சிட்டுக் குருவிக்கு இது நான்காக இருக்கும்.

உயரத்தில் பறந்து கொண்டிருக்கும் விமானம் ஒரு அடி இறங்கி வருவதற்குள் முன்னோக்கி 20 அடி நகரும் என்பதைத் தான் இந்த விகிதம் கூறுகிறது. அதாவது 10 கிலோ மீட்டரிலிருந்து அது தரையைத் தொடுவதற்கு இதன் 20 மடங்கான 200 கிலோமீட்டர் தொலைவைக் கடக்க முடியும் என்பது இதன் பொருள். அதேபோல் ஒரு கிலோ மீட்டர் உயரத்தில் பறந்து கொண்டிருக்கும் ஆல்பட்ரோஸ் இறக்கையை அடிக்காமல் 20 கிலோமீட்டர் தூரத்தை அதனால் கடக்க முடியும். இயந்திரமே இல்லாமல் இறக்கை வடிவமைப்பை மட்டும் கொண்டு பறக்கும் பொருட்களுக்கு இந்த விகிதம் 40 வரை இருக்கும். அதற்கு எடுத்துக்காட்டுக் காகிதத்தில் நீங்கள் செய்யும் விமானம். நீங்கள் விமானத்தைச் செய்து பறக்க விட்டீர்கள் என்றால் 100 அடி தூரம் வரை சென்று விழுமாறு அதை அனுப்ப முடிவது இதனால்தான்.

நாம் நடக்கும் பொழுதும், பேருந்தில் சொல்லும் பொழுதும், மகிழ்வுந்தில் செல்லும் பொழுதும் ஆற்றல் செலவீனம் நடக்கிறது என்று கூறுகிறீர்கள். உலகின் மிகச்சிறந்த பறவையைப் பார்த்து வடிவமைக்கப்பட்ட இந்த விமானங்களின் ஆற்றல் செலவீனம் நாம் அன்றாடம் பயன்படுத்தும் சாலையில் செல்லும் வாகனத்துடன் ஒப்பிட்டால் எவ்வாறு இருக்கும் என்று கேட்டாள் கௌசிகா.

மேலே கூறிய 600 டன் எடையுள்ள விமானத்தில் ஒரே நேரத்தில் 800 பயணிகளைக் கொண்டு கொண்டு செல்ல முடியும். இந்த விமானத்திற்கு ஒரு பயணிக்கு ஆகும் எரிபொருள் செலவினத்தை, பேருந்து உடன் ஒப்பிட்டால் குறைவாகவும், மகிழ்வுந்தில் செல்லும் பயணியின் அளவிற்கு இணையாகவும் இருக்கும், என்றால் உங்களால் நம்ப முடிகிறதா?.

இறக்கைகளை அதிகமாகவும், விடாமலும் அடித்துக் கொண்டு இருப்பதால் ரீங்கார பறவைகளுக்கு அதிக ஆற்றல் செலவீனம் ஆகிறது என்பதைப் பார்த்தோம். இவை ஒரு மணிநேரம் பறந்தால் தனது எடையில் 2 இல் இருந்து 4 விழுக்காடு அளவு ஆற்றல் தேவை இருக்கிறது. அதாவது இருபதிலிருந்து 25 மணி நேரங்கள் பறப்பதற்கு அதன் மொத்த எடைக்குச் சமமான அளவு உணவு தேவைப்படும்.

இந்த ஆற்றலை இந்தப் பறவை அது குடிக்கும் சர்க்கரை நீர் மற்றும் பூவில் இருந்து எடுக்கும் தேனிலிருந்து பெறுகிறது. இந்த எண்ணிக்கை விமானத்திற்கும் பொருந்தும் உதாரணத்திற்கு 400 டன் எடையுள்ள விமானம் புறப்படும் பொழுது 2 லட்சம் லிட்டர் எரிபொருளை கொண்டிருக்கும். சுமார் 14 மணி நேரம் நிற்காமல் பறக்கக்கூடிய இந்த விமானம் தன்னுடைய ஒவ்வொரு மணிநேர பயணத்திற்கும் தனது மொத்த இடையிலிருந்து இரண்டிலிருந்து நான்கு விழுக்காடு எனக் குறைந்து கொண்டே செல்லும். 10 மணி நேர பயணத்திற்குப் பிறகு தனது மொத்த எடையில் 30 விழுக்காடு குறைந்திருக்கும். இந்த 30 விழுக்காடும் அதன் எரிபொருளை உபயோகித்தால் ஏற்பட்ட எடை குறைவாக இருக்கும்.

ஒரு இயந்திரத்தை இயக்குவதற்கு ஒரு மணி நேரத்திற்குத் தேவைப்படும் எரிபொருளின் அளவையும் அந்த இயந்திரத்தின் எடைக்கும் உள்ள விகிதத்தை ஆற்றல் செலவினத்தைக் கண்டுபிடிப்பதற்காக வரையறை செய்கின்றனர். நமக்குத் தெரிந்த அனைத்து போக்குவரத்து முறைகளிலும் தொடர்வண்டி தான் மிகக் குறைவான ஆற்றல் செலவினத்தில் இயங்குகிறது. அதற்கு அடுத்த இடத்தில் மிதந்து கொண்டு செல்லும் பறவைகள் வருகின்றன. மிதந்து கொண்டு செல்லும் பறவைகளைப் போல் அதே ஆற்றல் செலவினத்தில் அதிக எடை கொண்ட இன்றைய நவீன விமானங்கள் இருக்கின்றன.

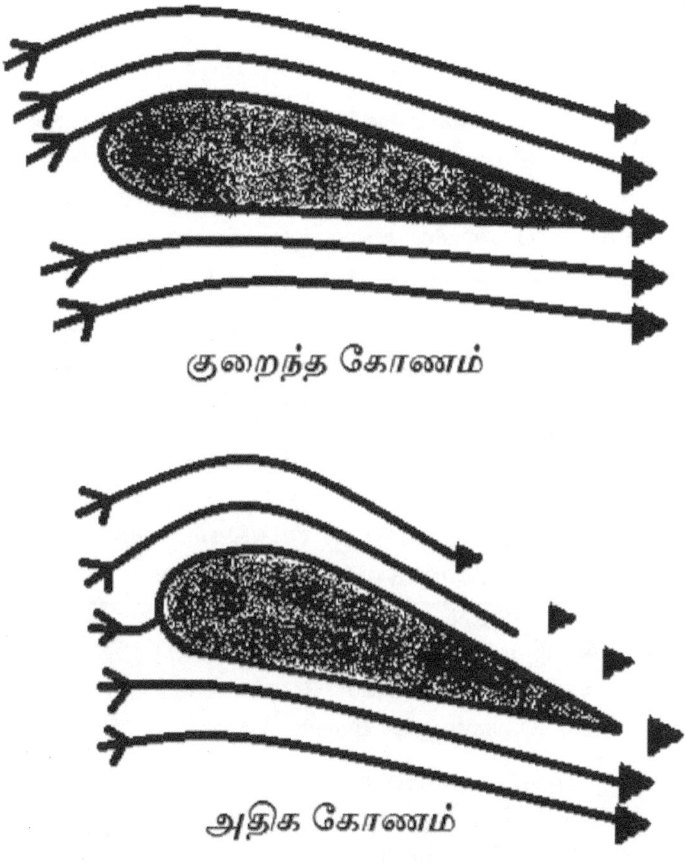

பறக்கும் பொருளுக்கும் காற்றின் திசைக்கும் உள்ள சாய்வுக் கோணத்தால் ஏற்படும் மாறுபாடுகள்

இவற்றை விடச் சில விழுக்காடுகள் அதிகமாக மகிழ்வுந்தின் ஆற்றல் செலவினம் இருக்கிறது. சாதாரணமாகச் சிறகடித்துப் பறக்கும் காகம் மற்றும் புறா ஆகியவற்றின் ஆற்றல் செலவீனம் இந்த மகிழுந்திற்கு ஒப்பீடாகக் கூறலாம். பறவைகளிலேயே அதிக ஆற்றல் செலவீனம் கொண்ட பறவை ரீங்கார பறவை அடுத்த இடம் வருகிறது அவற்றின் ஆற்றல் செலவீனம் மகிழுந்தை போல இரண்டு மடங்கு இருக்கும். கடைசியாக ஹெலிகாப்டர் வருகிறது. ஹெலிகாப்டரின் ஆற்றல் செலவீனம் தொடர்வண்டியை போல் பத்து மடங்கு இருக்கும்.

நீங்கள் கூறிய 400 டன் எடையுள்ள இறக்கையின் அளவு எவ்வளவு பெரியதாக இருக்கும்? என்றான் கோகுல்

அதன் இறக்கையின் நீளம் 225 அடிகள் இருக்கும். இறக்கையின் மொத்த பரப்பளவு ஐந்தாயிரம் சதுர அடி அளவுக்கு அதிகமாக இருக்கும். காலைப் பிரார்த்தனையின் போது உங்கள் பள்ளியில் உள்ள ஆயிரம் மாணவர்கள் நிற்கும் இடத்திற்குச் சமமாக இதை நினைத்துக் கொள்ளலாம்.

எதிரிகளிடமிருந்து பறவைகள் தப்பிப்பதற்கான ஒரு வழிமுறையை முன்பே கூறினீர்கள் அதேபோல் விமானமும் தப்பிக்க முடியுமா? என்றாள் சிருஷ்டிகா

காற்றிதழ் வடிவத்தில் இருக்கும் இறக்கையைக் காற்று வரும் திசையில் எத்தனை சாய்வு கோணத்தில் இருக்கிறது என்பதைப் பொறுத்து அதன் தூக்கும் விசை அதிகமாகிறது. காற்றுடன் ஏற்படும் சாய்வுக் கோணத்தைச் சிறிதுசிறிதாகச் சுழியிலிருந்து அதிகரிக்கும் பொழுது தூக்கும் விசை அதிகமாகும். அதனால் பின்னோக்கி இழுக்கும் விசை குறையும். இந்த முறையில் தூக்குவிசை இழுக்கும் விசை போல் பத்து மடங்கு வரும் வரை சாய்வுக் கோணத்தை மாற்ற இயலும்.

ஒரு குறிப்பிட்ட சாய்வுக் கோணத்திற்கு மேல் காற்றின் போக்கு தடைபட்டு தூக்கு விசை எதுவும் கிடைக்காமல் போய்விடும். பயணிகள் விமானம் குறைந்த ஆற்றல் செலவினத்தை அடைய இந்தத் தொழில் நுட்பத்தைப் பயன்படுத்துகின்றன. இதே தொழில்நுட்பத்தைப் போர் விமானங்கள் எதிரி நாட்டின் படையில் இருந்து தப்பிப்பதற்காகத் தனது பயணத்திட்டத்தை மாற்றுவதற்காக உபயோகிக்கிறது.

பறவைகள் பறக்கும் பொழுது விமானத்தில் மோதி விட்டால் சேதாரம் ஏதும் ஏற்பட்டு விடாதா? என்றாள் சிருஷ்டிகா

விமானத்தை வடிவமைக்கும்போது மூன்று கிலோ எடையுள்ள பறவை குறிப்பிட்ட வேகத்தில் வந்து மோதினாலும் விமானத்தின் பாகங்கள் சேதம் அடையாமல் இருக்குமாறு வடிவமைக்கப்படுகின்றன. அதனால் ஆயிரக்கணக்கான விமானப் பறவை மோதல்கள் நடைபெற்றாலும். அதில் ஒரு விழுக்காட்டுக்கு குறைவான விபத்துகளில் தான் விமானம் பாதிக்கப்படுகிறது.

15

பறவையைக் கவனியுங்கள் மகிழ்ந்திடுங்கள்

நீங்கள் இதுவரை பறவைகளைப் பற்றிய கூறிய செய்திகள் அனைத்தும் மிகவும் ஆச்சரியமாகவும் சுவாரசியமாகவும் இருந்தது. அதுமட்டுமில்லை மாமா அன்றாடம் நாங்கள் வீட்டில் காணும் தொழில்நுட்பம் எப்படிப் பறவைக்குச் சம்பந்தம் உள்ளது என்பதைப் பற்றியும் தெளிவாகப் புரிந்து கொண்டோம். இதேபோல் அடுத்த முறை நீங்கள் ஊருக்கு வரும்பொழுது வேறு ஒன்றை பற்றி விளக்கமாகக் கூறினால் நன்றாக இருக்கும்.

பறவை மட்டுமல்ல, மனிதன் இயற்கையிடமிருந்து பல தொழில்நுட்பங்களைக் கற்றுக் கொள்கிறான். அதிவேகமாகச் செல்லும் பந்தயக் கார்கள் கூரிய மூக்கு உடைய ஒரு மீனை பார்த்துதான் வடிவமைக்கப்பட்டது. திமிங்கலத்தைப் போன்ற முக ஜாடை முக அமைப்பைக் கொண்ட விமானங்கள் ஆராய்ச்சியில் உள்ளன. காந்த விசையைப் பயன்படுத்தி அதிவேகமாகப் பயணிக்கும் புல்லட் தொடர்வண்டி கூர்மையான மூக்கு உடைய பறவையைக் கவனத்தில் கொண்டு தயாரிக்கப்பட்டவை. கழுகு போன்ற ஒரு பறக்கும் இயந்திரத்தை தயாரிக்கும் பணியில் விஞ்ஞானிகள் முயற்சி செய்து வருகிறார்.

சமீபகாலங்களில் ஆளில்லாமல் காடுகளில் மருந்து தெளிக்கவும் நகரங்களில் கண்காணிப்புக்காகவும் பயன்படுத்தப்படும் ட்ரோன் எனப்படும் பறக்கும் இயந்திரங்கள் ரீங்கார பறவையை மையமாகக்கொண்டு கண்டுபிடிக்கப்பட்டவை. இது மட்டுமில்லாமல் நம்மைச் சுற்றி இருக்கும் ஒவ்வொரு மிருகங்களும் ஒவ்வொரு பாடத்தைக் கற்றுக் கொடுக்கின்றன. உயரத்திலிருந்து கீழே விழுந்தாலும் எலும்பு உடையாமல் லாகவமாகத் தரையில் இறங்கும் திறமையைப் பூனை பெற்றுள்ளது.

எறும்புகள் தனது உணவைத் தேடிச் செல்லும் பொழுது தான் சென்ற பாதையை மற்ற எறும்புகளுக்குத் தெரிவிக்கத் தனது உடலில் இருந்து வரும் ஒரு வாசனை திரவியம் போன்ற வேதிப் பொருளை இட்டுச்செல்கிறது. இவ்வாறு கூட்டில் இருந்து கிளம்பும் ஒவ்வொரு எறும்புகளும் செய்கின்றன. குறைவான தூரத்தில் உணவை எடுக்கும் எறும்பு முதலில் வந்தடையும். இப்படியாக எறும்புகள் சென்ற வழித்தடத்தில் காணும் வேதிப்பொருளின் அடர்த்தியைப் பொறுத்துப் புதிதாக உணவு எடுக்கப்போகும் எறும்பு எந்தப் பாதை குறுகிய பாதை என்பதைக் கண்டு பிடிக்கிறது.

எறும்பு நகர்ந்து செல்லும் இடத்தில் உங்கள் கைகளைக் கொண்டு நன்றாகத் தேய்த்துப் பாருங்கள். எங்கே நமது ஆள் போனதற்கான வேதிப்பொருள் இல்லையே என்று சிறிது நேரம் எறும்புகள் எல்லாம் குழம்பி விடும். அவை நீங்கள் தேய்த்த இடத்தைத் தாண்டாமல் அங்கேயே நிற்பதை காணலாம்.

நீங்களும் உங்களைச் சுற்றி நடக்கும் விலங்குகளின் அசைவுகளை உன்னிப்பாகக் கவனித்து அறிவியலை கற்றுக் கொள்ளுங்கள். காக்காவிற்குச் சாதம் வைக்கும் பொழுது கடந்த வாரம் வந்த காகம் தான் இந்த முறையும் வந்ததா? அல்லது வேறு ஒரு புதிய காகமா? என்று கண்டுபிடிக்க முயற்சி செய்து பாருங்கள்.

அடுத்த முறை உங்கள் கிராமத்தின் வழியாகப் பறவைகள் பறந்து செல்லும் பொழுது நான் கூறிய தகவல்களைக் கவனியுங்கள். ஏதாவது ஒரு பறவையின் இறகு கிடைத்தால் அது என்ன வகை இறகு என்று வரைந்து பாருங்கள். உங்கள் தோட்டத்தில் வளரும் கோழிக்குஞ்சின் இறகுகள் தினமும் எவ்வாறு மாறுகின்றன வருகின்றன என்பதைக் கண்டு ரசியுங்கள்.

மீண்டும் மற்றொரு செய்தி உடன் சந்திப்போம் நன்றி வணக்கம்.

www.ingramcontent.com/pod-product-compliance
Lightning Source LLC
LaVergne TN
LVHW060125051026
849517LV00007B/2398
* 9 7 8 9 3 9 1 2 6 2 3 6 5 *